รัก ถูกเลือก และสมบูรณ์:

การเดินทาง 30 วันจากการปฏิเสธสู่การฟื้นฟู

โดย

ซาคาเรี ยส ก็อดซีเกิล ;

เอกอัครราชทูต Monday O. Ogbe ;

คอมฟอร์ท ลาดี โอกเบะ

-

Zacharias Godseagle;

Ambassador Monday O. Ogbe;

Comfort Ladi Ogbe

หน้าลิขสิทธิ์

ออกแบบปกโดย God's Eagle Team
พิมพ์ครั้งแรกใน สหรัฐอเมริกา
พ.ศ. 2568

ตีพิมพ์โดย
Zachariah Godseagle และ
กระทรวงอินทรีของพระเจ้า – GEMs
https://www.otakada.org

หากต้องการขออนุญาต สอบถามข้อมูล
หรือต้องการใบอนุญาตกลุ่ม กรุณาติดต่อ:
ambassador@otakada.org

เกี่ยวกับหนังสือ

คุณเบื่อกับการรู้สึกไม่เป็นที่ต้องการ ถูกมองข้าม หรือรู้สึกว่าตัวเองไม่สามารถเทียบชั้นกับใครได้หรือไม่ Loved, Chosen and Whole: A 30-Day Journey from Rejection to Restoration
เป็นมากกว่าหนังสือสวดมนต์
แต่เป็นหนังสือที่เชิญชวนให้คุณค้นพบคุณค่าที่แท้จริงของคุณ เรียกคืนตัวตนของคุณ
และก้าวไปสู่ความสมบูรณ์ของผู้ที่พระเจ้าทรงสร้างคุณขึ้นมา

หนังสือเล่มนี้เขียนขึ้นจากมุมมองของทั้งชายและหญิง
และสอดแทรกเรื่องราวที่ทรงพลังและซาบซึ้งของไมเคิลและเกรซ
การเดินทางที่เปลี่ยนแปลงชีวิตครั้งนี้มอบการเยียวยาในแต่ละวันผ่านพระคัมภีร์ ความคิดที่จริงใจ คำอธิษฐานที่ชาญฉลาด
และการเขียนบันทึกประจำวันแบบมีคำแนะนำ
ไม่ว่าคุณจะกำลังต่อสู้กับบาดแผลจากวัยเด็ก ความสัมพันธ์ การปฏิบัติศาสนกิจ หรือความเป็นผู้นำ
หนังสือเล่มนี้จะพาคุณก้าวข้ามความเศร้าโศกจากการถูกปฏิเสธสู่ความงามของการฟื้นฟู

คุณจะได้เรียนรู้วิธีการ:

- *ปลดปล่อยตัวเองจากคำโกหกแห่งความไม่คู่ควรและความไม่มั่นใจในตนเอง*
- *ปิดเสียงสะท้อนของการทรยศและบาดแผลทางอารมณ์ในอดีต*
- *ยอมรับอัตลักษณ์ที่พระเจ้าประทานให้แก่คุณในฐานะที่เป็นที่รัก ถูกเลือก และสมบูรณ์*
- *อภัยอย่างลึกซึ้งและดำเนินไปอย่างสงบ*
- *ค้นพบจุดมุ่งหมายและใช้เรื่องราวของคุณเพื่อรักษาผู้อื่น*

แต่ละวันจะดึงคุณเข้าใกล้หัวใจของพระบิดามากขึ้น ฟื้นฟูจิตใจและฟื้นฟูจิตวิญญาณของคุณ นี่คือเวลาของคุณ นี่คือการรักษาของคุณ นี่คือ
การเดินทางกลับไปสู่ความสมบูรณ์ ด้วยความรักจาก
ซาคารียาห์ แอมบาสเดอร์ โอ กเบ และคอมฟอร์ท ลาดี

คำสำคัญ สำหรับความรัก ผู้ถูกเลือก และความสมบูรณ์: การเดินทาง 30 วันจากการปฏิเสธสู่การฟื้นฟู

- *การบำบัดจากการถูกปฏิเสธ*
- *บทภาวนาคริสเตียนเพื่อการรักษา*
- *การเอาชนะการปฏิเสธด้วยศรัทธา*
- *30 วันแห่งการอุทิศตนเพื่อการบำบัดทางอารมณ์*
- *บทอุทิศเพื่อหัวใจที่แตกสลาย*
- *การค้นหาอัตลักษณ์ในพระคัมภีร์ของพระคริสต์*
- *การฟื้นฟูหลังการปฏิเสธการศึกษาพระคัมภีร์*
- *ความรักของพระเจ้าและการเยียวยารักษา*
- *การอุทิศตนของคริสเตียนเพื่อเห็นคุณค่าในตนเอง*
- *คำอธิษฐานเพื่อการรักษาการถูกปฏิเสธ*
- *พระคัมภีร์เพื่อการบำบัดทางอารมณ์*
- *การอุทิศตนเพื่อการฟื้นฟูจิตวิญญาณ*
- *การบำบัดจากการถูกละทิ้ง*
- *การอุทิศตนเพื่อเยียวยาความแตกสลาย*
- *การเดินทางสู่การฟื้นฟูศรัทธา*
- *การอุทิศตนต่อการยอมรับของพระเจ้า*
- *การบำบัดรักษาตามหลักศรัทธา*
- *หนังสือสวดมนต์คริสเตียนเพื่อสร้างแรงบันดาลใจ*
- *การอุทิศตนเพื่อเอาชนะการปฏิเสธและความเจ็บปวด*
- *บทสวดมนต์พร้อมคำอธิษฐานเพื่อการรักษา*

การอุทิศตน

สำหรับทุกคนที่เคยรู้สึกว่าตัวเองไม่มีค่า ไม่เป็นที่รัก ไม่เห็น
หรือไม่ต้องการ หนังสือเล่มนี้เหมาะสำหรับคุณ

ถึงเด็กที่ถูกทอดทิ้ง ผู้นำที่ถูกทรยศ คู่สมรสที่ถูกปฏิเสธ
เพื่อนที่ถูกมองข้าม การเดินทางนี้คือการรักษาของคุณ

สำหรับผู้ชายและผู้หญิงทุกคนที่ร้องไห้ในความเงียบ
สงสัยในคุณค่าของตัวเอง และตั้งคำถามถึงสถานะของตัวเอง
คุณไม่ได้อยู่คนเดียว

และแด่พระองค์ผู้ทรงเห็น รักษา ฟื้นฟู และไม่เคยปฏิเสธ—
พระเยซูคริสต์ พระผู้ไถ่ของเรา—
ความรุ่งโรจน์และเกียรติยศทั้งหมดเป็นของพระองค์

คำขอบคุณ

ประการแรกและสำคัญที่สุด เราขอถวายพระเกียรติแด่ **พระเจ้าผู้ทรงฤทธานุภาพ** ผู้ทรงรักษาหัวใจที่แตกสลาย ผู้ทรงฟื้นฟูโชคชะตา
และผู้ทรงไม่เคยปฏิเสธผู้ที่เข้ามาหาพระองค์

ถึง **พระวิญญาณบริสุทธิ์** ผู้ปลอบโยน ที่ปรึกษา
และเพื่อนที่คอยเคียงข้างเราเสมอ
ขอบพระคุณที่ทรงประทานชีวิตให้กับหน้ากระดาษเหล่านี้
และทรงชี้นำทุกคำอย่างมีจุดมุ่งหมาย

ถึง
ผู้ชายและผู้หญิงที่เรื่องราวของพวกเขาเป็นแรงบันดาลใจในการอุทิศตนครั้งนี้ ไม่ว่าจะโดยตรงหรือโดยอ้อม
ขอบคุณสำหรับความเปราะบางและความกล้าหาญของคุณ
การเดินทางของคุณเตือนเราว่าไม่มีความเจ็บปวดใดที่สูญเปล่าในมือของพระเจ้า

สำหรับบรรดา **ผู้วิงวอน ที่ปรึกษา และบิดามารดาทางจิตวิญญาณ** ที่ได้อธิษฐาน ทำนาย
และหลั่งไหลเข้ามาในนิมิตนี้

เราอยากขอบคุณบิลลี่
เกรแฮมเป็นพิเศษสำหรับความช่วยเหลือในหนังสือ **HOW TO BE BORN AGAIN**
ซึ่งมีค่าอย่างยิ่งต่อกระบวนการรักษาและฟื้นฟูขอพระเจ้าอวยพรคุณ!

ถึง **ทีมงาน God's Eagle Ministries** – GEMs **ขอบคุณ** สำหรับการสนับสนุนอย่างไม่ลดละและความมุ่งมั่นไม่รู้จักเหน็ดเหนื่อยในการเผยแพร่การรักษาและความจริงไปทั่วโลก

สำหรับทุกคนที่เคยถูกปฏิเสธแต่ยังกล้าที่จะเชื่ออีกครั้ง
หนังสือเล่มนี้คือเครื่องพิสูจน์ถึงความอดทนของคุณ

และขอขอบคุณผู้อ่านที่เปิดใจรับการรักษา
ขอให้การเดินทางครั้งนี้พาคุณเข้าสู่ชีวิตแห่งการฟื้นฟู ตัวตน
และจุดมุ่งหมายอันศักดิ์สิทธิ์

การแนะนำ

การถูกปฏิเสธเป็นประสบการณ์ที่เจ็บปวดที่สุดอย่างหนึ่งในชีวิต มันเกิดขึ้นอย่างเงียบๆ แต่ส่งเสียงดังออกมา
มันกระซิบว่าคุณไม่ดีพอ ไม่เป็นที่ต้องการ ไม่คู่ควร
ไม่ว่าจะมาจากพ่อแม่ที่เดินจากไป
คู่รักที่ทรยศต่อความรักของคุณ
ผู้นำที่ไม่เคยเชื่อมั่นในตัวคุณ หรือระบบที่มองข้ามคุณ
มันก็ทิ้งรอยประทับไว้ในจิตวิญญาณ

ฉันเคยผ่านช่วงเวลาแห่งการปฏิเสธมาแล้ว
ฉันรู้สึกเจ็บปวดจากการถูกตัดสินผิด ถูกละทิ้ง
และไม่มีใครมองเห็น
แต่ฉันยังค้นพบสิ่งที่ยิ่งใหญ่กว่านั้นอีกด้วย
นั่นคือความรักที่ไม่เคยล้มเหลว เสียงที่เรียกฉันว่าผู้ถูกเลือก
และการเยียวยารักษาที่ไม่มีบาดแผลใดจะต้านทานได้
การค้นพบดังกล่าวได้ให้กำเนิดการอุทิศตนครั้งนี้

“เป็นที่รัก ได้รับเลือก และสมบูรณ์”
ไม่ใช่แค่เพียงตำแหน่ง
แต่มันคืออัตลักษณ์อันศักดิ์สิทธิ์ของคุณ

การเดินทาง 30 วันนี้ได้รับการรังสรรค์ด้วยความเมตตา
พระคัมภีร์ และเรื่องราวในชีวิตจริง
เพื่อช่วยให้คุณก้าวข้ามจากเงาของการปฏิเสธไปสู่แสงสว่าง
ของการฟื้นฟู คุณจะได้พบกับ **ไมเคิล** และ **เกรซ**
สองเสียงที่เข้าถึงได้ซึ่งเป็นตัวแทนของการต่อสู้และชัยชนะ
ที่เราทุกคนเผชิญในการต่อสู้เพื่อความเป็นส่วนหนึ่ง
ผ่านเรื่องราวของพวกเขา—และของคุณเอง—
คุณจะค้นพบความจริง เผชิญหน้ากับคำโกหก
และค้นพบพระองค์ผู้ไม่เคยปฏิเสธคุณอีกครั้ง: พระเจ้า

แต่ละวันจะมอบสิ่งต่อไปนี้ให้กับคุณ:

- **เรื่องราวน่าติดตามที่จะดึงดูดคุณ**
- **ความจริงจากพระคัมภีร์เพื่อยึดคุณไว้**
- **การสะท้อนความคิดเพื่อกระตุ้นหัวใจคุณ**
- **คำอธิษฐานเพื่อปรับจิตวิญญาณของคุณให้ตรงกัน**
- **คำเตือนในบันทึกเพื่อช่วยคุณประมวลผลการรักษาของคุณ**

หนังสือเล่มนี้คือพื้นที่ปลอดภัยของคุณ สำหรับผู้ที่อกหัก ผู้ที่เข้มแข็งแต่เหนื่อยล้า และผู้ที่ทนทุกข์อย่างเงียบๆ ไม่ว่าคุณจะอ่านหนังสือเล่มนี้ด้วยความเจ็บปวดที่ยังสดใหม่หรือจากแผลเป็นที่ยังเจ็บอยู่ ฉันอยากให้คุณรู้ว่า:

คุณไม่ได้อยู่คนเดียว คุณเป็นที่รักอย่างยิ่ง คุณถูกเลือก และใช่แล้ว คุณสมบูรณ์แบบ

ให้สิ่งนี้เป็นจุดเปลี่ยนของคุณ ให้สิ่งนี้เป็นการฟื้นฟูของคุณ

ยินดีต้อนรับสู่การเดินทางแห่งการรักษาของคุณ

ข้อความถึงหัวหน้ากลุ่มและผู้อำนวยความสะดวก

เรียนท่านผู้นำที่เคารพ
ขอขอบคุณสำหรับใจของคุณที่ร่วมเดินไปกับผู้อื่นในการเดินทางจากการถูกปฏิเสธไปสู่การฟื้นฟู คุณกำลังทำสิ่งศักดิ์สิทธิ์

การอุทิศตนครั้งนี้ไม่ได้ออกแบบมาเพื่อการไตร่ตรองส่วนตัวเท่านั้น แต่ยังเหมาะสำหรับกลุ่มเล็กๆ การบำบัดรักษา กลุ่มอธิษฐาน และการให้คำปรึกษาอีกด้วย
แต่ละวันจะนำเสนอหัวข้อที่ทรงพลัง ข้อพระคัมภีร์ และประสบการณ์ในชีวิตจริงที่สามารถจุดประกายการสนทนาที่ลึกซึ้งและการเปลี่ยนแปลงในบริบทของกลุ่ม

ต่อไปนี้เป็นข้อเสนอแนะบางประการที่จะช่วยให้คุณอำนวยความสะดวกได้อย่างมีประสิทธิภาพ:

- *เปิดแต่ละเซสชันด้วยการอธิษฐานเชิญพระวิญญาณบริสุทธิ์มาเพื่อรักษาและให้ความเข้าใจ*

- *อ่านบทภาวนาประจำวันออกเสียงดังๆ จากนั้นให้เวลาสมาชิกในกลุ่มได้ไตร่ตรองเป็นรายบุคคล*

- *ใช้คำถามสะท้อนความคิดเพื่อเป็นแนวทางในการสนทนาอย่างซื่อสัตย์และเคารพซึ่งกันและกัน*

- *ส่งเสริมการเขียนไดอารี่ แต่ให้การแบ่งปันเป็นทางเลือกก็ได้ เพราะการเยียวยาบางอย่างเกิดขึ้นในความเงียบ*

- *จบด้วยคำอธิษฐาน โดยกล่าวร่วมกันเป็นชุมชนแห่งศรัทธา*

- *สร้างพื้นที่ของความสง่างาม ความลับ และไม่ตัดสินนี่เป็นสิ่งสำคัญสำหรับการรักษาที่ล้ำลึก*

- คุณอาจต้องการจัดสรรเวลาพิเศษในวันที่ 30 สำหรับประจักษ์พยาน สักการะ หรือการสวดอธิษฐานมอบหมายสำหรับผู้เข้าร่วมที่กำลังก้าวสู่จุดมุ่งหมายหลังจากการรักษา

โปรดจำไว้ ว่า การรักษาคือการเดินทาง ไม่ใช่จุดหมายปลายทาง ความเป็นผู้นำ ความเห็นอกเห็นใจ และความอ่อนไหวทางจิตวิญญาณของคุณคือกุญแจสำคัญในการปลดล็อกอิสรภาพในผู้อื่น ขณะที่พระเจ้าใช้หนังสือเล่มนี้ ขอพระองค์ใช้คุณเพื่อเป็นภาชนะแห่งความสบายใจและการฟื้นฟูของพระองค์ด้วย

ด้วยความขอบคุณอย่างสุดซึ้งและการอธิษฐาน
ซา คาเรียห์ ก็อดซีเกิล ; เอกอัครราชทูต มันเดย์ โอ. โอกเบ ; ปลอบใจ ลาดิ องค์กร Ogbe
God's Eagle Ministries – GEMs
www.otakada.org

คำแนะนำพิเศษสำหรับคริสตจักร/ศาสนกิจ

- **นำเสนอการอุทิศตนนี้เป็นส่วนหนึ่งของแคมเปญการรักษา 30 วัน** โปรโมตในพิธีกรรม การศึกษาพระคัมภีร์ หรือการให้คำปรึกษาพิเศษ
- **ใช้ในการปลดปล่อยและการรักษาภายใน** หัวข้อต่างๆ สอดคล้องกับการฟื้นฟูจิตวิญญาณอย่างลึกซึ้ง
- **รวมคำรับรอง** ในตอนท้ายของรอบ 30 วันเพื่อเป็นกำลังใจและการเติบโต
- **พิจารณาโปรแกรมติดตามผล** เกี่ยวกับการค้นพบจุดประสงค์ คุณค่าในตนเอง และการเติบโตทางจิตวิญญาณเพื่อดำเนินการเปลี่ยนแปลงต่อไป

การออกใบอนุญาตและการใช้งานแบบกลุ่ม:
หากต้องการสำเนาจำนวนมากหรือการเข้าถึงแบบกลุ่มดิจิทัล โปรดติดต่อเราได้ที่ ambassador@otakada.org สำหรับส่วนลดงานรับใช้หรือเวอร์ชันที่ปรับแต่งให้เหมาะกับองค์กรของคุณ

ให้การเดินทางครั้งนี้เป็นมากกว่าการอุทิศตน แต่ให้กลายเป็นการเคลื่อนไหวเพื่อการรักษา เสรีภาพ และการฟื้นฟูจากพระเจ้าทั่วร่างกายของพระคริสต์

ภาคผนวกคู่มือสำหรับวิทยากร: สำหรับคริสตจักร ศาสนจักร และกลุ่มการรักษา

วัตถุประสงค์:
หนังสือสวดมนต์เล่มนี้เหมาะสำหรับ **ใช้ในคริสตจักร สถานบำบัด กลุ่มให้คำปรึกษา และกลุ่มสนับสนุน** ที่ผู้คนกำลังแสวงหาความสมบูรณ์จากบาดแผลทางอารมณ์ จิตวิญญาณ และความสัมพันธ์

รูปแบบกลุ่มที่แนะนำ (ใช้แบบรายสัปดาห์หรือรายวัน):

1. **คำอธิษฐานเปิดและการนมัสการ (5–10 นาที)**
   ต้อนรับพระวิญญาณบริสุทธิ์เข้ามาท่ามกลางคุณและสร้างบรรยากาศของความสงบสุขและความเปิดกว้าง
2. **การอ่านเพื่ออุทิศตน (5–10 นาที)**
   อ่านรายการประจำวันออกเสียงดังๆ
   หรือกำหนดไว้ล่วงหน้า
   สลับผู้อ่านเป็นรายสัปดาห์เพื่อมีส่วนร่วม
3. **การสะท้อนความคิดของกลุ่ม (20–30 นาที)**
   ใช้คำถามสะท้อนความคิดเพื่อกระตุ้นให้เกิดการอภิปรายอย่างโปร่งใส
   เตือนผู้เข้าร่วมว่านี่คือพื้นที่ที่ปลอดภัยและเป็นความลับ
4. **การบันทึกไดอารี่ส่วนตัว (10 นาที)**
   จัดสรรเวลาสำหรับการประมวลผลส่วนบุคคล
   สามารถแบ่งปันไดอารี่ได้ตามความสมัครใจ
5. **การอธิษฐานและการวิงวอน (10–15 นาที)**
   อธิษฐานเกี่ยวกับประเด็นเฉพาะที่หารือกัน
   จบแต่ละเซสชันด้วยคำอธิษฐานเพื่อการรักษาที่แนบมาด้วย

6. **การมุ่งมั่นในการกระทำ**
   กระตุ้นให้สมาชิกนำบทเรียนของวันนั้นไปใช้ในทางปฏิบัติ ไม่ว่าจะเป็นการ ให้อภัย การทำสมาธิในพระคัมภีร์ หรือการเขียนบันทึกจดหมายถึงพระเจ้า

เรื่องราวของ ไมเคิลและโฮป

ไมเคิลเติบโตมาในครอบครัวที่ความรักหายากและการยอมรับก็หายากยิ่งกว่า
พ่อของเขาเป็นผู้ชายที่เคร่งขรึมและห่างเหิน
จึงแทบไม่เคยพูดให้กำลังใจผู้อื่นเลย
แม่ของเขาซึ่งเผชิญกับความยากลำบากในชีวิตมักละเลยความต้องการทางอารมณ์ของเขา ตั้งแต่ยังเด็ก
ไมเคิลได้เรียนรู้ถึงข้อคิดที่เจ็บปวดว่า เขาไม่ดีพอ
ไม่ว่าเขาจะพยายามมากเพียงใด เขาก็รู้สึกว่าตัวเองไร้ค่า
ไม่เป็นที่รัก และถูกปฏิเสธ

ในโรงเรียน ไมเคิลต้องดิ้นรนอย่างหนักเพื่อให้เข้ากับเพื่อนๆ
เพื่อนฝูงก็เข้ามาแล้วก็ออกไป
แต่เขากลับรู้สึกเหมือนเป็นคนนอกที่คอยมองเข้ามาหาอยู่เสมอ ครูมักจะมองข้ามเขา
และแม้แต่ความผิดพลาดเพียงเล็กน้อยก็ดูเหมือนจะตอกย้ำว่าเขาไร้ค่า เมื่อเวลาผ่านไป
การถูกปฏิเสธก็ฝังแน่นอยู่ในตัวเขา
เหมือนเงาที่ติดตามเขาไปทุกที่และกระซิบบอกเรื่องโกหกเกี่ยวกับคุณค่าของเขา

เมื่อไมเคิลโตขึ้น ความถูกปฏิเสธที่ฝังรากลึกนี้ส่งผลต่อทุกๆด้านของชีวิตเขา ไม่ว่าจะเป็นความสัมพันธ์ อาชีพการงาน
และคุณค่าในตัวเอง
เขาหวาดกลัวความใกล้ชิดและคาดหวังว่าคนอื่นจะทิ้งเขาไป
หรือปฏิเสธเขา เขาลังเลที่จะไล่ตามความฝันของตัวเอง
เพราะมั่นใจว่าตัวเองไม่คู่ควรกับความสำเร็จ
ความเจ็บปวดนั้นเงียบๆ แต่ต่อเนื่อง
ราวกับโซ่หนักที่เขาไม่สามารถตัดขาดได้

วันหนึ่ง ขณะที่เขาอยู่ในจุดต่ำสุด
เพื่อนคนหนึ่งได้ยื่นหนังสือสวดมนต์ชื่อ *Loved, Chosen and Whole: A 30-Day Journey from Rejection to*

Restoration ให้กับ เขา
ไมเคิลเริ่มอ่านหนังสือด้วยความสงสัยแต่ก็สิ้นหวัง
ข้อความในแต่ละวันได้พูดตรงใจเขา
เปิดเผยความจริงที่เขาลืมไปหรือไม่เคยรู้มาก่อน
นั่นคือความรักของพระเจ้าไม่มีเงื่อนไข
พระองค์ทรงเลือกเขาอย่างลึกซึ้ง และ
ตัวตนของเขาไม่ได้ถูกกำหนดโดยความคิดเห็นของผู้อื่น
แต่ถูกกำหนดโดยพระผู้สร้างซึ่งทรงเรียกชื่อเขา

ไมเคิลเริ่มมองเห็นตัวเองผ่านสายตาของพระเจ้าอย่างช้าๆ
โซ่ตรวนแห่งการปฏิเสธคลายลงเมื่อเขาหันมาสวดอ้อนวอน
ไตร่ตรอง และพลังของพระคัมภีร์
เขาใช้มาตรการที่เป็นรูปธรรม เช่น เข้ารับคำปรึกษา
สร้างความสัมพันธ์ที่ดี
และทำตามความปรารถนาที่ครั้งหนึ่งเคยดูเหมือนเกินเอื้อม

ปัจจุบัน ไมเคิลไม่ได้ถูกจำกัดความด้วยการถูกปฏิเสธในอดีต
แต่ถูกตัดสินโดยการฟื้นฟูที่เขาพบ เขาเดินต่อไปอย่างมั่นใจ
รู้ว่าตนเองเป็นที่รัก ถูกเลือก และสมบูรณ์
เรื่องราวของเขาเป็นเครื่องพิสูจน์ว่าไม่ว่าการถูกปฏิเสธจะลึก
ซึ้งเพียงใด การรักษาและความหวังก็อยู่ไม่ไกลเกินเอื้อม

เรื่องราวของพระคุณและการเริ่มใหม่

เกรซมักจะยิ้มอยู่เสมอ
แต่ภายใต้รอยยิ้มนั้นเต็มไปด้วยความรู้สึกถูกปฏิเสธ
ตั้งแต่สมัยเด็ก เธอรู้สึกเจ็บปวดจากการถูกละทิ้ง
พ่อแม่ของเธอหย่าร้างกันตั้งแต่เธอยังเด็กมาก
และเธอต้องย้ายบ้านไปมาหลายบ้าน
ไม่เคยรู้สึกว่าเป็นส่วนหนึ่งของครอบครัวเลย
ในโรงเรียนและในสังคม เกรซมักรู้สึกว่าถูกมองข้าม
ราวกับว่าเสียงของเธอไม่มีความหมาย
ข้อความที่ไม่ได้พูดออกมานั้นชัดเจน:
เธอไม่เพียงพอที่จะเป็นที่รักอย่างเต็มที่หรือตลอดไป

เมื่อเธอเข้าสู่วัยผู้ใหญ่
ความรู้สึกถูกปฏิเสธที่ฝังรากลึกในตัวเกรซก็ปรากฏออกมาในความสัมพันธ์ของเธอ
เธอพบว่าตัวเองถูกดึงดูดไปหาคนที่ไม่พร้อมทางอารมณ์หรือไม่สนใจใยดี
ทำให้ความรู้สึกนี้ฝังรากลึกและรู้สึกไร้ค่าในใจลึกๆ
เกรซปรารถนาให้ได้รับการยอมรับ
แต่การถูกปฏิเสธมาหลายปีทำให้เธอแทบไม่เชื่อว่าเธอคู่ควร

แม้จะเจ็บปวด แต่เกรซก็ยังคงมีความหวังเล็กๆ น้อยๆ ในใจ
ความหวังเล็กๆ น้อยๆ
ที่เธอสามารถเป็นมากกว่าอดีตของเธอได้ วันหนึ่ง
เธอรู้สึกเสียใจมากเป็นพิเศษ จึงได้ค้นพบหนังสือสวดมนต์
Loved, Chosen and Whole: A 30-Day Journey from Rejection to Restoration
เธอเริ่มอ่านหนังสือด้วยความสงสัยแต่ก็หิวกระหายการรักษา
หนังสือสวดมนต์แต่ละเล่มกระตุ้นบางสิ่งบางอย่างในตัวเธอ
เป็นการเตือนใจอย่างอ่อนโยนว่าความรักของพระเจ้าไม่ได้ขึ้นอยู่กับการกระทำของเธอหรือการยอมรับจากผู้อื่น
แต่เป็นสิ่งที่พระเจ้าประทานให้โดยเสรี ไม่มีเงื่อนไข
และไม่เปลี่ยนแปลง

จากการไตร่ตรอง สวดมนต์ และเล่าเรื่องราวต่างๆ
ในแต่ละวัน เกรซเริ่มลบล้างคำโกหกที่เธอเชื่อมาหลายปี
เธอเรียนรู้ที่จะยอมรับตัวตนของเธอในฐานะลูกสาวที่พระเจ้าทรงเลือก เป็นที่เคารพและสมบูรณ์
การเยียวยาไม่ได้เกิดขึ้นในทันที
แต่เป็นการเดินทางที่เต็มไปด้วย น้ำตา ความก้าวหน้า
และความกล้าหาญที่จะเผชิญหน้ากับบาดแผลเก่าๆ
แต่ในแต่ละก้าว เกรซก็แข็งแกร่งขึ้น
เรียนรู้ที่จะกำหนดขอบเขตที่เหมาะสม
ให้อภัยตัวเองและผู้อื่น
และก้าวเดินอย่างกล้าหาญในจุดมุ่งหมาย

ปัจจุบัน
เกรซเปล่งประกายด้วยความรู้สึกมีค่าและความรู้สึกเป็นส่วนหนึ่งที่กลับคืนมา
เธอแบ่งปันเรื่องราวของเธอเพื่อเป็นกำลังใจให้กับคนอื่นๆที่รู้สึกถูกปฏิเสธ
การเดินทางของเกรซแสดงให้เห็นว่าการฟื้นฟูเป็นไปได้
ผู้หญิงทุกคนที่รู้สึกแตกสลายสามารถลุกขึ้นมา เป็นที่รัก
ถูกเลือก และสมบูรณ์ได้

อาการ ของการปฏิเสธที่ฝังรากลึก

การปฏิเสธที่ฝังรากลึกสามารถส่งผลต่อตัวตน ความสัมพันธ์และทางเลือกในชีวิตของบุคคลได้อย่างมาก คุณสามารถบอกได้ว่าการปฏิเสธส่งผลต่อชีวิตของบุคคลนั้นผ่านรูปแบบพฤติกรรม อารมณ์ และความเชื่อที่สม่ำเสมอ นี่คือสัญญาณที่ชัดเจนบางประการ:

1. ความต้องการการอนุมัติอย่างต่อเนื่อง

- พวกเขาต้องการการยืนยันหรือกลัวการไม่เห็นด้วยมากเกินไป แม้แต่จากคนแปลกหน้าก็ตาม
- การสรรเสริญทำให้พวกเขารู้สึกโล่งใจชั่วคราว แต่พวกเขาก็หวนกลับไปสู่ความรู้สึกไม่มั่นคงอีกครั้งอย่างรวดเร็ว

2. ความกลัวความใกล้ชิดหรือความเปราะบาง

- พวกเขาพยายามดิ้นรนที่จะเปิดใจในความสัมพันธ์หรือผลักผู้คนออกไปเพื่อหลีกเลี่ยงการถูกทำร้าย
- พวกเขาสันนิษฐานว่าในที่สุดคนอื่นจะจากไป ทรยศ หรือปฏิเสธพวกเขา

3. การตอบสนองต่อคำวิจารณ์มากเกินไป

- แม้แต่การแก้ไขหรือไม่เห็นด้วยอย่างอ่อนโยนก็รู้สึกเหมือนเป็นการโจมตีส่วนบุคคล
- พวกเขาจะตั้งรับหรือถอนตัวออกไปทางอารมณ์

4. การทำลายตนเอง

- พวกเขาเลิกก่อนที่จะลอง หลีกเลี่ยงโอกาส หรือคาดหวังว่าความล้มเหลวจะหลีกเลี่ยงไม่ได้

- “ฉันไม่ดีพอ” หรือ “พวกเขาจะไม่เลือกฉัน”
  กลายเป็นบทพูดในจิตใต้สำนึก

5. การแยกตัวและการถอนตัว

- พวกเขาชอบที่จะอยู่คนเดียวไม่ใช่เพราะว่าพวกเขาช
  อบความสันโดษ
  แต่เพื่อหลีกเลี่ยงการถูกปฏิเสธอีกครั้ง
- พวกเขาอาจพูดว่า “ฉันอยู่คนเดียวดีกว่า”
  ในขณะที่แอบปรารถนาที่จะมีความเชื่อมโยงกัน

6. ตัวตนที่ขับเคลื่อนด้วยประสิทธิภาพ

- คุณค่าในตนเองของพวกเขาเชื่อมโยงกับความสำเร็จ
  การทำงาน การปฏิบัติศาสนกิจ หรือพฤติกรรมที่ดี
- พวกเขาคิดว่าพวกเขาต้อง "ได้รับ" ความรัก
  แม้กระทั่งจากพระเจ้า

7. คำปฏิญาณภายในและความเชื่อที่จำกัด

- พวกเขาได้ให้คำมั่นสัญญาภายในใจไว้ว่า
  "ฉันจะไม่ยอมให้ใครมาทำร้ายฉันอีก"
- คำสาบานเหล่านี้เป็นแนวทางการตัดสินใจของพวกเข
  าอย่างเงียบๆ และขัดขวางอิสรภาพและการเยียวยา

8. การขาดการเชื่อมโยงทางจิตวิญญาณ

- พวกเขาอาจดิ้นรนเพื่อเชื่อว่าพระเจ้าทรงรักหรือยอมรั
  บพวกเขาอย่างแท้จริง
- พวกเขาเห็นพระเจ้าเป็นผู้พิพากษามากกว่าพระบิดาผู้
  เปี่ยมด้วยความรัก
  โดยมักจะรู้สึกว่าไม่คู่ควรต่อพระพักตร์ของพระองค์

การรักษาจากการถูกปฏิเสธที่ฝังรากลึก: คำแนะนำทีละขั้นตอน

ขั้นตอนที่ 1: จดจำราก

ถาม:

- การปฏิเสธเริ่มต้นจากที่ไหน วัยเด็ก การทรยศ การทอดทิ้ง การละเลยของพ่อแม่?
- ใครหรือสิ่งใดที่ทำให้คุณรู้สึกว่าไม่เป็นที่รัก ไม่มีค่า หรือไม่ต้องการเป็นอันดับแรก?

วารสารสะท้อนความคิด:

- "ฉันรู้สึกไม่ต้องการครั้งแรกเมื่อ..."
- "ฉันเชื่อว่าฉันไม่ดีพอเพราะว่า..."

คำอธิษฐาน:
"พระเจ้า
โปรดเปิดเผยให้ข้าพระองค์เห็นถึงต้นตอของการปฏิเสธในชีวิตของข้าพระองค์
โปรดส่องแสงของพระองค์ไปยังบาดแผลที่ซ่อนอยู่
โปรดรักษาสิ่งที่ข้าพระองค์มองไม่เห็น"

ขั้นตอนที่ 2: เลิกโกหก

การปฏิเสธมักจะเกิดขึ้นเหมือนดังนี้:

- “ฉันไม่ใช่คนน่ารัก”
- “ทุกคนออกไป”
- “ฉันต้องพิสูจน์ตัวเอง”

การกระทำ:
เขียนคำโกหกที่คุณเชื่อลงไป จากนั้นประกาศความจริง:

- “ฉันเป็นที่ยอมรับในผู้เป็นที่รัก” (เอเฟซัส 1:6)
- “ข้าพระองค์ถูกสร้างขึ้นอย่างน่าพิศวงและน่าพิศวง” (สดุดี 139:14)
- “พระเจ้าจะไม่ทรงละทิ้งข้าพเจ้าเลย” (ฮีบรู 13:5)

คำอธิษฐาน:
“ฉันทำลายข้อตกลงกับคำโกหกของการปฏิเสธ
ฉันยอมรับความจริงว่าฉันเป็นใครในพระองค์ พระเจ้า”

ขั้นตอนที่ 3: ให้อภัยคนที่ปฏิเสธคุณ

การไม่ให้อภัยทำให้แผลยังคงเปิดอยู่

การกระทำ:

- ระบุชื่อบุคคล
- ยอมรับความเจ็บปวด
- เลือกที่จะให้อภัย แม้ว่าคุณจะยังไม่รู้สึกเช่นนั้นก็ตาม

คำอธิษฐาน:
“พระบิดา ข้าพระองค์ยกโทษให้ [ชื่อ]
ที่ข้าพระองค์รู้สึกว่าตนไม่เป็นที่ต้องการและไม่เป็นที่รัก
ข้าพระองค์ปล่อยพวกเขาให้พระองค์และปลดปล่อยตนเองจ
ากภาระของการไม่ให้อภัย”

ขั้นตอนที่ 4:
รับการรักษาและการยอมรับจากพระเจ้า

ปล่อยให้พระเจ้าเป็นผู้สืบทอดตำแหน่งของคุณ
ปล่อยให้พระองค์รักคุณในจุดที่คนอื่นล้มเหลว

การกระทำ:

- ใช้เวลาไตร่ตรองพระคัมภีร์เรื่องความรักของพระเจ้า
- ดื่มด่ำในความสักการะที่เตือนให้คุณระลึกถึงตัวตนของคุณ

ข้อพระคัมภีร์สำคัญ:

- อิสยาห์ 43:1 – “เราเรียกเจ้าตามชื่อ เจ้าเป็นของเรา”
- โรม 8:15 – “ท่านทั้งหลายไม่ได้รับวิญญาณแห่งความเป็นทาสให้กลัวอีกต่อไป…”

คำอธิษฐาน:
“พระบิดา
ข้าพระองค์ได้รับความรักและการยอมรับจากพระองค์
โปรดสร้างตัวตนของข้าพระองค์ขึ้นใหม่ในฐานะลูกที่พระองค์รัก”

ขั้นตอนที่ 5: พูดชีวิตและต่ออายุจิตใจของคุณ

การถูกปฏิเสธทำให้คุณมองตัวเองผิดไป
คุณต้องมีคำประกาศใหม่

คำประกาศรายวัน:

- “ฉันได้รับเลือกจากพระเจ้า”
- “ฉันไม่ได้ผิดพลาด”
- “ฉันเป็นที่รักโดยไม่มีเงื่อนไข”

การดำเนินการ:
สร้าง "กำแพงแห่งความจริง" หรือ "สมุดบันทึกตัวตน" ที่คุณเขียนสิ่งที่พระเจ้าพูดถึงตัวคุณ

ขั้นตอนที่ 6:
เชื่อมต่อใหม่ในความสัมพันธ์ที่ดีต่อสุขภาพ

การถูกปฏิเสธทำให้รู้สึกโดดเดี่ยว
แต่การรักษาจะทำให้รู้สึกเชื่อมโยงกันอีกครั้ง

การกระทำ:

- ก้าวเล็กๆ น้อยๆ
  เพื่อเปิดใจในความสัมพันธ์ที่ปลอดภัย
- เข้าร่วมชุมชนที่มีสุขภาพดี กลุ่มสวดมนต์
  หรือกลุ่มสนับสนุนการเยียวยา
- ให้คนที่ไว้วางใจเดินไปกับคุณ

คำอธิษฐาน:
"พระเจ้า โปรดนำคนดีๆ เข้ามาในชีวิตของฉัน—
คนที่รักฉันด้วยหัวใจของพระองค์
และช่วยฉันให้เติบโตในความสมบูรณ์"

ขั้นตอนที่ 7: เผยแพร่การรักษาให้กับผู้อื่น

พระเจ้าทรงเปลี่ยนบาดแผลของคุณให้เป็นอาวุธแห่งการรักษ
า

การกระทำ:

- แบ่งปันประจักษ์พยานของคุณ
- อธิษฐานเพื่อคนอื่นๆ ที่กำลังต่อสู้กับการถูกปฏิเสธ
- จงดำเนินชีวิตด้วยความเมตตาและความเข้าใจ

ข้อพระคัมภีร์:
2 โครินธ์ 1:4 –
"พระองค์ผู้ทรงปลอบโยนเราในความทุกข์ยากทั้งสิ้นของเรา
เพื่อเราจะสามารถปลอบโยนคนเหล่านั้นในความทุกข์ยากอย่
างใดอย่างหนึ่งได้..."

การเดินทาง 30 วันจากการปฏิเสธสู่การฟื้นฟู เริ่มต้นขึ้น ....

วันที่ 1: บาดแผลอันเงียบงัน

พระคัมภีร์ (NLT)

"แม้บิดามารดาจะทอดทิ้งฉัน แต่พระเจ้าจะทรงดูแลฉัน" – สดุดี 27:10

เรื่องราวของไมเคิล:

ไมเคิลยืนอยู่คนเดียวในงานศพของพ่อของเขา
ดวงตาแห้งผากแต่หัวใจมีเลือดไหล
เขาถูกปฏิเสธตั้งแต่ยังเป็นเด็กเพราะ "อ่อนไหวเกินไป"
เขาจึงไม่เคยดีพอ ตอนนี้
มันสายเกินไปแล้วที่จะได้ยินคำพูดที่เขาโหยหามาตลอด:
"ฉันภูมิใจในตัวคุณ" ความเงียบนั้นหลอกหลอนเขา

เรื่องราวของเกรซ:

เกรซเป็นคนที่ไม่มีใครสนใจมาโดยตลอด
เธอถูกพ่อแม่มองข้าม ถูกคนรักเอาเปรียบ ถูกไล่ออกจากงาน
การถูกปฏิเสธไม่ใช่แค่ช่วงเวลาสั้นๆ แต่เป็นรูปแบบหนึ่ง
การถูกปฏิเสธหล่อหลอมเสียงของเธอ การเดินของเธอ
และคุณค่าของเธอ รอยยิ้มของเธอคือโล่ป้องกันของเธอ
แต่ภายในใจเธอกลับสงสัยว่าเธอสำคัญหรือไม่

ข้อคิดเชิงศรัทธา:

การถูกปฏิเสธไม่ได้ส่งเสียงดังเสมอไป

แต่บ่อยครั้งที่มันเข้ามาอย่างเงียบๆ
ไม่ว่าจะเป็นผ่านความเงียบ การละเลย การวิพากษ์วิจารณ์
การถูกละทิ้ง แต่ไม่ว่าจะมาจากสาเหตุใด
อ้อมแขนของพระเจ้า ก็เปิดอยู่
พระองค์ไม่ได้แค่ยอมทนกับคุณเท่านั้น พระองค์ *เลือก* คุณ
พระองค์ไม่เปรียบเทียบคุณ พระองค์ *รักและหวงแหน* คุณ

ดาวิดผู้เขียนสดุดีบทที่ 27 รู้จักการถูกปฏิเสธ
ถูกครอบครัวเพิกเฉย ถูกศัตรูไล่ล่า
ถูกลูกชายของตัวเองทรยศ แต่เขากลับประกาศอย่างมั่นใจว่า
"พระเจ้าจะทรงโอบอุ้มข้าพเจ้าไว้"

วันนี้ ขอให้สิ่งนั้นเป็นความจริงสำหรับคุณ
พระเจ้าไม่ได้กำหนดคุณโดยคนที่ปฏิเสธคุณ
แต่โดยผู้ที่ไถ่คุณ

คำถามสะท้อนความคิด:

1. ใครในชีวิตของคุณที่ทำให้คุณรู้สึกไม่มีค่าหรือถูกมองข้าม?
2. คุณเชื่อเรื่องโกหกอะไรเกี่ยวกับตัวเองบ้างเพราะการถูกปฏิเสธครั้งนั้น?

คำอธิษฐานภาวนา:

พระบิดา แม้เมื่อคนอื่นปฏิเสธฉัน พระองค์ ก็ยอมรับฉัน
เมื่อคนอื่นละทิ้ง พระองค์ก็ ทรงโอบกอดฉันไว้
ฉันยอมสละความเจ็บปวดจากการถูกปฏิเสธในอดีต
และรับการโอบกอดที่เยียวยาจากพระองค์
โปรดทำให้ฉันสมบูรณ์อีกครั้ง ในพระนามของพระเยซู อาเมน

คำเตือนในวารสาร:

เขียนจดหมายถึงคนๆ นั้น (หรือหลายๆ คน) ที่ปฏิเสธคุณ—
ไม่ใช่เพื่อส่ง แต่เพื่อปลดปล่อย
ระบายความเจ็บปวดของคุณออกมา
แล้วขอให้พระเจ้าเติมเต็มช่องว่างนั้นด้วยความจริงของพระอ
งค์

หมายเหตุ:

วันที่ 2: รากเหง้าของการโกหก

พระคัมภีร์ (ขยายความ):

"โจรมาเพื่อขโมย ฆ่า และทำลายเท่านั้น
เราได้มาเพื่อให้พวกเขามีชีวิต และมีชีวิตอย่างเหลือเฟือ
[จนล้นเหลือ]" – ยอห์น 10:10 AMP

เรื่องราวของไมเคิล:

ไมเคิลไม่สามารถสลัดเสียงในหัวของเขาออกไปได้เลยว่า
"คุณไม่ดีพอ" เสียงนั้นยังคงก้องอยู่ในห้องประชุม
ในชีวิตแต่งงานของเขา แม้แต่ในโบสถ์
ทุกครั้งที่ใครสักคนไม่ยอมรับในความพยายามของเขา
บาดแผลก็จะเปิดขึ้นอีกครั้ง
เขาทำงานหนักขึ้นเพื่อพิสูจน์คุณค่าของตัวเอง
แต่เสียงปรบมือก็ไม่เคยอยู่นาน

เรื่องราวของเกรซ:

เกรซเคยใฝ่ฝันอยากเป็นนักร้อง
แต่ในคืนที่แม่ของเธอหัวเราะและบอกว่า
"อย่าทำให้ตัวเองอับอาย" ความฝันนั้นก็ดับลง
ตั้งแต่นั้นเป็นต้นมา โอกาสทุกครั้งก็ดูเหมือนกับดัก
คำชมทุกครั้งก็เหมือนคำโกหก
เธอปกปิดพรสวรรค์ของตัวเองไว้ภายใต้ความอ่อนน้อม
เกรงกลัวที่จะถูกมองเห็น

ข้อคิดเชิงศรัทธา:

ต้นตอของการถูกปฏิเสธฝังลึกอยู่ในตัวเรา: *“คุณไม่คู่ควร”*
“คุณไม่มีวันเทียบชั้นได้” *“คุณไม่น่ารักเลย”*
แต่สิ่งเหล่านี้ไม่ใช่ความคิดของคุณ
แต่เป็นเมล็ดพันธุ์ที่ศัตรูหว่านลงไปเพื่อขโมยตัวตนของคุณ
ทำลายความมั่นใจของคุณ และทำลายโชคชะตาของคุณ

พระเยซูไม่ได้เสด็จมาเพื่อช่วยจิตวิญญาณของคุณเท่านั้น
แต่พระองค์เสด็จมาเพื่อ **ฟื้นฟูชีวิตของคุณทั้งหมด** รวมทั้ง
คุณค่า เสียง และ อัต ลักษณ์ **ของ** คุณ ด้วย

วันนี้ จงระบุความเท็จ ถอนรากถอนโคนมัน
และแทนที่ด้วยความจริง
ความจริงของพระเจ้าไม่ใช่การตอบสนอง
แต่เป็นการช่วยเหลือ

คำถามสะท้อนความคิด:

1. ความคิดที่เกิดซ้ำอะไรบ้างที่จำกัดการเติบโตของคุณหรือขโมยความสุขของคุณไป?
2. คุณสามารถระบุได้หรือไม่ว่าการโกหกนั้นเริ่มต้นที่ไหนและเมื่อใด?

คำอธิษฐานภาวนา:

พระเยซู เจ้า พระองค์
เสด็จมาเพื่อให้ชีวิตที่อุดมสมบูรณ์แก่ข้าพเจ้า

ข้าพเจ้าปฏิเสธคำโกหกทุกคำที่บอกว่าข้าพเจ้าไร้ค่าหรือไม่ต้องการ
ข้าพเจ้าขจัดคำโกหกเหล่านี้และรับความจริงจากพระองค์ว่าข้าพเจ้าเป็นที่รัก มีค่า
และถูกสร้างขึ้นเพื่อจุดประสงค์บางอย่าง
โปรดรักษาข้าพเจ้าจากภายในสู่ภายนอก อาเมน

คำเตือนในวารสาร:

ระบุคำโกหก 3 ข้อที่คุณเชื่อเกี่ยวกับตัวเอง จากนั้นเขียนความจริงจากพระวจนะของพระเจ้าที่หักล้างคำโกหกดังกล่าวไว้ข้างๆ แต่ละข้อ

หมายเหตุ:

หมายเหตุ:

วันที่ 3: เมื่อความรักจากไป

พระคัมภีร์ (NLT)

“พระเจ้าทรงอยู่ใกล้ผู้ที่ใจสลาย
พระองค์ทรงช่วยผู้ที่จิตใจแตกสลาย” – สดุดี 34:18

เรื่องราวของไมเคิล:

เธอคือคนที่เขาคิดว่าจะอยู่ต่อ เมื่อภรรยาของเขาเดินจากไป
เธอเอาอะไรไปมากกว่าเสื้อผ้าของเธอ
เธอเอาความมั่นใจของเขาไปจนหมดสิ้น
“คุณเสียหายเกินไปแล้ว” เธอกล่าว
การจากไปของเธอทำให้รู้สึกเหมือนเป็นการยืนยันว่าทุกสิ่งที่เขากลัวนั้นเป็นความจริง

เรื่องราวของเกรซ:

เกรซถูกคู่หมั้นเมินเฉยเพียงไม่กี่สัปดาห์ก่อนวันแต่งงาน
ไม่มีคำอธิบาย มีเพียงความเงียบงัน เธอโทษตัวเอง
รูปร่างหน้าตา บุคลิกภาพ และอดีตของเธอ
เธอรู้สึกว่าตัวเองถูกทิ้งราวกับเป็นความผิดพลาดที่ไม่มีใครอยากกล่าวอ้าง

ข้อคิดเชิงศรัทธา:

บาดแผลไม่กี่แผลจะลึกล้ำไปกว่าการถูกทิ้งโดยคนที่สัญญาว่าจะอยู่เคียงข้าง แต่ความจริงก็คือ
พระเจ้าไม่เคยเดินจากไป พระองค์
ไม่เบื่อหน่ายกับน้ำตาของคุณ
พระองค์ไม่ถอยหนีเมื่อคุณไม่อยู่ในจุดที่ดีที่สุด

หัวใจของคุณอาจแตกสลายได้
แต่ก็ไม่ถึงขั้นที่จะซ่อมแซมได้ เมื่อผู้คนจากไป
พระเจ้าจะเข้ามาหาคุณ
พระองค์จะเข้ามาใกล้จิตวิญญาณที่บอบช้ำของคุณ
ไม่ใช่เพื่อสงสารคุณ แต่เพื่อ **ช่วยเหลือและฟื้นฟู** คุณ

คำถามสะท้อนความคิด:

1. ใครที่เดินหนีจากคุณไป และสิ่งนั้นส่งผลต่อคุณค่าในตัวเองของคุณอย่างไร ?
2. คุณยังคงละทิ้งความคิดนั้นจนถึงทุกวันนี้ในแง่ใดบ้าง?

คำอธิษฐานภาวนา:

ข้าแต่พระเจ้า
ข้าพระองค์ขอมอบความเจ็บปวดของผู้คนที่เคยเดินจากไปให้แก่พระองค์ ข้าพระองค์อาจรู้สึกถูกทอดทิ้ง
แต่ข้าพระองค์ไม่เคยโดดเดี่ยว

โปรดอยู่ใกล้ชิดข้าพระองค์ในความแตกสลายของข้าพระอง ค์ โปรดช่วยข้าพระองค์ด้วยความรักของพระองค์ และสร้างสิ่งที่สูญเสียไปขึ้นใหม่ อาเมน

คำเตือนในวารสาร:

เขียนจดหมายอธิษฐานถึงพระเจ้าเกี่ยวกับความสัมพันธ์ที่ทำ ให้คุณเจ็บปวดอย่างมาก จงซื่อสัตย์ และปล่อยให้พระองค์ตรัสตอบในใจคุณ

หมายเหตุ:

วันที่ 4: เลิกอายได้แล้ว

พระคัมภีร์ (AMP):

“แทนที่เจ้าจะต้องอับอายขายหน้า
เจ้าจะได้รับส่วนเพิ่มเป็นสองเท่า...” – อิสยาห์ 61:7a

เรื่องราวของไมเคิล:

ไมเคิลเกลียดการไปงานสังสรรค์ของครอบครัว คนอื่นๆ ต่างก็ "สบายดี" เขาพยายามแก้ไขความยุ่งเหยิงในอดีตของตนเองอยู่ เช่น การตกงาน การแต่งงานที่ล้มเหลว หนี้สิน การจ้องมอง การเงียบงัน ความสงสาร ทุกอย่างล้วนบ่งบอกถึง *ความละอาย*

เรื่องราวของเกรซ:

ความอับอายอยู่บนบ่าของเกรซเหมือนเงา การล่วงละเมิดทางเพศ การหมั้นหมายที่ล้มเหลว การตัดสินใจที่ผิดพลาด เธอเชื่อว่าเธอสวมมันไว้ราวกับตัวอักษรสีแดง แม้กระทั่งตอนที่เธอยิ้ม จิตวิญญาณของเธอก็ยังกระซิบว่า *"พวกเขารู้"*

ข้อคิดเชิงศรัทธา:

ความอับอายไม่ได้มาจากพระเจ้า ความรู้สึกผิดบอกว่า "ฉันทำผิด" ความอับอายบอกว่า "ฉัน *ผิด* " พระเยซูทรงแบกรับทั้งความรู้สึกผิดและความอับอายที่กางเขน

พระสัญญาของพระเจ้าในอิสยาห์ 61:7
ไม่ใช่การปลอบโยนที่คลุมเครือ แต่เป็นการ
ประกาศการชดเชยของพระเจ้า
พระองค์ประทานเกียรติให้แก่ความอับอายของคุณ
พระองค์ประทานความรู้สึกเป็นส่วนหนึ่งให้แก่การถูกปฏิเสธ
พระองค์ประทานจุดมุ่งหมายให้แก่ความเจ็บปวด

คุณไม่ต้องอับอายอีกต่อไปแล้ว

คำถามสะท้อนความคิด:

1. ความทรงจำหรือความผิดพลาดใดที่ยังทำให้คุณรู้สึกละอายใจ?
2. มันจะเป็นอย่างไรถ้าคุณใช้ชีวิตราวกับว่าคุณได้รับการอภัยอย่างแท้จริง?

คำอธิษฐานภาวนา:

ข้าแต่พระเจ้า ข้าพระองค์ขอสละความอับอาย
ข้าพระองค์ไม่ใช่สิ่งที่ถูกกระทำกับข้าพระองค์หรือสิ่งที่ข้าพระองค์ได้ทำ ข้าพระองค์เป็นผู้ที่พระองค์ตรัสว่าข้าพระองค์เป็น
โปรดทรงสวมศักดิ์ศรีให้แก่ข้าพระองค์
โปรดฟื้นฟูเอกลักษณ์ของข้าพระองค์
ข้าพระองค์ได้รับการรักษาและเกียรติยศเป็นสองเท่าจากพระองค์ อาเมน

คำเตือนในวารสาร:

บรรยายสิ่งหนึ่งที่คุณเก็บซ่อนไว้เพราะความอับอาย
จากนั้นเขียนว่าอิสรภาพจะเป็นอย่างไรหากน้ำหนักนั้นหายไป

หมายเหตุ:

วันที่ 5: เสียงจากภายใน

พระคัมภีร์ (NLT)

*“เพราะว่าเราเป็นผลงานชิ้นเอกของพระเจ้า
พระองค์ทรงสร้างเราขึ้นใหม่ในพระเยซูคริสต์
เพื่อเราจะได้ทำสิ่งดี ๆ
ที่พระองค์ทรงวางแผนไว้สำหรับเราตั้งแต่สมัยก่อน”* –
เอเฟซัส 2:10

เรื่องราวของไมเคิล:

ไมเคิลได้ยินเสียงวิพากษ์วิจารณ์ของพ่อในหัวของเขาอยู่บ่อยครั้ง: *"คุณจะไม่มีวันเป็นอะไรเลย"*
แม้ว่าเขาจะเป็นผู้ใหญ่แล้ว
เสียงนั้นก็ยังผลักดันการตัดสินใจของเขา
และกลบเกลื่อนศักยภาพของเขาไป

เรื่องราวของเกรซ:

เสียงภายในของเกรซสะท้อนให้เห็นคำพูดโหดร้ายทุกคำที่พูดออกมา แม้กระทั่งเมื่อคนอื่นชมเชยเธอ
จิตใจของเธอก็ยังกระซิบว่า
“พวกเขาไม่ได้หมายความอย่างนั้นจริงๆ”
เธอทำลายพรที่ได้รับ เพราะกลัวว่าพรเหล่านั้นจะถูกพรากไป

ข้อคิดเชิงศรัทธา:

เราทุกคนต่างมีเรื่องราวภายในของตัวเอง—

บทที่เขียนขึ้นจากการถูกปฏิเสธ บาดแผลทางใจ ความกลัว
แต่ในวันนี้ พระเจ้าได้เขียนเรื่องราวของคุณใหม่
คุณไม่ใช่ความผิดพลาด คุณไม่ใช่คนธรรมดา
คุณไม่ใช่คนที่ไม่มีใครต้องการ

คุณคือ **ผลงานชิ้นเอกของพระองค์**
คุณถูกสร้างขึ้นด้วยความตั้งใจ ชำระล้างด้วยความสง่างาม
และถูกกำหนดให้ยิ่งใหญ่

ถึงเวลาที่ต้องทำให้เสียงวิจารณ์เงียบลง
และขยายเสียงของผู้สร้าง

คำถามสะท้อนความคิด:

1. คุณยังได้ยินเสียงใครพูดถึงการปฏิเสธหรือวิพากษ์วิจารณ์ซ้ำๆ อยู่หรือไม่?
2. ความจริงข้อใดจากพระวจนะของพระเจ้าที่คุณต้องพูดออกมาดังๆ มากขึ้น?

คำอธิษฐานภาวนา:

พระบิดา โปรดปิดปากเสียงทุกเสียงที่พูดจาไม่สมควรแก่ฉัน
ฉันเลือกที่จะเชื่อสิ่งที่พระองค์ตรัสเกี่ยวกับฉัน
ฉันคือผลงานชิ้นเอกของพระองค์ ฉันเพียงพอแล้ว
ฉันถูกสร้างขึ้นมาด้วยจุดประสงค์ เพื่อจุดประสงค์นั้น อาเมน

คำเตือนในวารสาร:

เขียนรายการ “ฉันคือ” ตามพระวจนะของพระเจ้า (เช่น ฉันเป็นผู้ถูกเลือก ฉันเป็นที่รัก ฉันสมบูรณ์...) โพสต์ไว้ในที่ที่มองเห็นได้ชัดเจน

หมายเหตุ:

วันที่ 6: อ้อมกอดของพระบิดา

พระคัมภีร์ (NLT)

*" ดังนั้น เขาจึงกลับไปหาพ่อของเขา และเมื่อเขายังอยู่ไกล
บิดาของเขาได้เห็นเขามา
จึงเต็มไปด้วยความรักและความสงสาร
วิ่งไปหาลูกชายของเขา กอดและจูบเขา"* - ลูกา 15:20

เรื่องราวของไมเคิล:

ไมเคิลอยู่ห่างไกลจากพระเจ้ามาก
เต็มไปด้วยความขมขื่นและความตำหนิ แต่คืนหนึ่ง
ไมเคิลรู้สึกท้อแท้และอ่อนล้า เขาจึงอธิษฐานในใจว่า
"ถ้าพระองค์ยังอยู่ที่นั่น..." สิ่งที่ตามมาไม่ใช่การประณาม
แต่เป็นความรู้สึกสงบที่ไม่อาจปฏิเสธได้

เรื่องราวของเกรซ:

เกรซจินตนาการว่าพระเจ้าเป็นเหมือนพ่อของเธอบนโลก—
อยู่ห่างไกลและผิดหวัง แต่ในพิธีบูชา เพลงกล่าวว่า
"พระองค์เป็นพระบิดาที่ดี"
น้ำตาไหลเมื่อความจริงใหม่ปรากฏขึ้น: *พระเจ้าต้องการฉัน...
แม้กระทั่งตอนนี้*

ข้อคิดเชิงศรัทธา:

เรื่องราวของลูกที่หลงทางไม่ได้เป็นเพียงเรื่องราวของการกลั
บใจเท่านั้น แต่ยังเป็นเรื่องราวของ **พระบิดาที่วิ่งหนี**

พระเจ้าไม่ได้แค่รอ แต่พระองค์เฝ้าดู
พระองค์ไม่สนใจคำสอน แต่พระองค์ **จะโอบ** รับ

คุณอาจรู้สึกว่าตัวเองไม่มีค่า รู้สึกว่าตัวเองอยู่ไกลเกินไป
รู้สึกว่าตัวเองได้รับความเสียหายมากเกินไป
แต่พระบิดาของคุณมองเห็นคุณ
พระองค์ต้องการให้คุณกลับบ้าน
จงให้อ้อมแขนของพระองค์เป็นจุดเริ่มต้นการรักษาของคุณ

คำถามสะท้อนความคิด:

1. คุณมองพระเจ้าเป็นพระบิดาผู้เปี่ยมด้วยความรักหรือเป็นเพียงบุคคลที่อยู่ห่างไกล?
2. คุณมีความกลัวอะไรบ้างเกี่ยวกับการที่พระองค์จะโอบรับคุณอย่างเต็มที่?

คำอธิษฐานภาวนา:

อับบา พระบิดา ข้าพเจ้ามาหาพระองค์ตามที่ข้าพเจ้าเป็นอยู่
จงวิ่งมาหาข้าพเจ้า กอดข้าพเจ้า รักษาข้าพเจ้า
ข้าพเจ้าละทิ้งความกลัวและรับการโอบกอดจากพระองค์
พระองค์ไม่เหมือนคนเหล่านั้นที่จากไป พระองค์ทรงซื่อสัตย์
เมตตา และเปี่ยมด้วยความรัก อาเมน

คำเตือนในวารสาร:

เขียนจดหมายราวกับว่าพระเจ้ากำลังพูดกับคุณในฐานะลูกที่รักของพระองค์ เริ่มต้นด้วย *"ลูกชาย/ลูกสาวสุดที่รักของฉัน..."*

หมายเหตุ:

วันที่ 7: คุ้มค่ากับการรอคอย

พระคัมภีร์ (AMP):

" เพราะฉะนั้น
พระเจ้าทรงคอยและปรารถนาที่จะทรงกรุณาต่อพวกท่าน
และเพราะฉะนั้น
พระองค์จึงทรงรอคอยอย่างสูงเพื่อทรงเมตตาต่อพวกท่าน" –
อิสยาห์ 30:18

เรื่องราวของไมเคิล:

ไมเคิลคิดว่าพระเจ้าลืมเขาไปแล้ว
การอธิษฐานที่ไม่ได้รับคำตอบเป็นเวลานานหลายปีทำให้เขาชาชิน แต่พระเจ้าไม่ได้เพิกเฉยต่อเขา
พระองค์กำลังเตรียมเขาอยู่
สิ่งที่ดูเหมือนการล่าช้านั้นกลับเป็นจังหวะเวลาของพระเจ้า

เรื่องราวของเกรซ:

เกรซสงสัยว่าทำไมคำอธิษฐานของเธอเพื่อขอความรักและการยอมรับจึงไม่ได้รับคำตอบ พระเจ้าทรงเปิดเผยอย่างช้าๆ ว่า *"เราไม่ได้ให้สิ่งที่เจ้าต้องการเท่านั้น เรากำลังทำให้เจ้าพร้อมสำหรับสิ่งที่เจ้าต้องการ"*

ข้อคิดเชิงศรัทธา:

การนิ่งเงียบของพระเจ้าไม่ได้หมายถึงการไม่มีอยู่ บางครั้งพระองค์รอ ไม่ใช่เพื่อลงโทษ แต่เพื่อ **กำหนดตำแหน่ง การ** ที่พระองค์ล่าช้าไม่ใช่การปฏิเสธ แต่เป็นสัญญาณของความรักที่ลึกซึ้งและตั้งใจ

คุณจะไม่ได้ถูกลืม คุณ **คุ้มค่ากับการรอคอย** และสิ่งที่พระเจ้ามีไว้สำหรับคุณจะยิ่งใหญ่กว่าสิ่งที่ถูกปฏิเสธพยายามขโมยไป

คำถามสะท้อนความคิด:

1. ความล่าช้าอะไรที่ทำให้คุณตั้งคำถามถึงคุณค่าของตัวเอง?
2. คุณสามารถไว้ใจเวลาของพระเจ้าได้หรือไม่ แม้ว่าจะรู้สึกช้าก็ตาม?

คำอธิษฐานภาวนา:

ข้าแต่พระเจ้า
ข้าพระองค์เลือกที่จะวางใจพระองค์ในการรอคอย
โปรดช่วยข้าพระองค์อย่าสับสนระหว่างความเงียบกับการขาดหาย โปรดเตรียมข้าพระองค์ ชำระล้างข้าพระองค์
และเมื่อถึงเวลาอันสมควร โปรดฟื้นฟูข้าพระองค์ อาเมน

คำเตือนในวารสาร:

เขียนเกี่ยวกับสิ่งที่คุณรอคอยอยู่
แล้วเขียนว่าการไว้วางใจพระเจ้าว่าจะให้ผลลัพธ์เป็นอย่างไร

หมายเหตุ:

วันที่ 8: ความจริงเกี่ยวกับตัวคุณ

พระคัมภีร์ (NLT)

"ท่านไม่ได้เลือกเรา เราเลือกท่าน
เราแต่งตั้งท่านให้ไปเกิดผลที่ยั่งยืน..." – ยอห์น 15:16

เรื่องราวของไมเคิล:

ไมเคิลรู้สึกว่าตัวเองเป็นแผนสำรองในชีวิตเสมอมา ไม่เคยเป็นตัวเลือกแรกในชีวิตของเขาเลย แต่เมื่อเขาอ่านว่าพระเยซูทรงเลือกเขาด้วยตัวเขาเอง บางอย่างในตัวเขาก็เปลี่ยนไป *"พระเจ้าต้องการฉัน"* เขาพูดกระซิบ

เรื่องราวของเกรซ:

เกรซมองว่าตัวเองเป็น "คนที่พวกเขาเลือก" แต่ในความเงียบสงบของห้องของเธอ พระเจ้ากระซิบว่า *"เราเลือกคุณก่อนที่พวกเขาจะปฏิเสธคุณ"*

ข้อคิดเชิงศรัทธา:

ก่อนที่โลกจะบอกว่า *"คุณไม่เพียงพอ"* พระเจ้าบอกว่า *"คุณเป็นของฉัน"* คุณได้รับเลือก—
ไม่ใช่เพราะความคิดที่สอง ไม่ใช่เพราะความสงสาร—
แต่ด้วยเจตนาและความรัก

ปล่อยให้ความจริงนั้นยึดเหนี่ยวคุณไว้ในวันนี้: คุณได้**รับการคัดเลือก** โดยสวรรค์

คำถามสะท้อนความคิด:

1. คุณเคยรู้สึกเหมือนเป็นส่วนเกินในชีวิตของใครบ้างไหม?
2. การรู้ว่าพระเจ้าทรงเลือกคุณทำให้คุณมองตัวเองเปลี่ยนไปอย่างไร?

คำอธิษฐานภาวนา:

พระเยซู ขอบพระคุณที่ทรงเลือกข้าพระองค์
ข้าพระองค์ไม่ได้ถูกลืม ถูกปฏิเสธ หรือถูกสุ่มเลือก
ข้าพระองค์เป็นของพระองค์
โปรดช่วยให้ข้าพระองค์ดำเนินชีวิตด้วยความมั่นใจในความจริงนั้นในวันนี้ อาเมน

คำเตือนในวารสาร:

เขียน 5 ด้านในชีวิตของคุณที่คุณเลือกที่จะเชื่อ: *"ฉันถูกเลือก"*

หมายเหตุ:

วันที่ 9: ทำลายวงจร

พระคัมภีร์ (AMP):

"ดูเถิด เรากำลังทำสิ่งใหม่ บัดนี้มันงอกออกมาแล้ว เจ้าไม่เห็นหรือ?" – อิสยาห์ 43:19

เรื่องราวของไมเคิล:

ไมเคิลรู้ตัวว่าเขากำลังทำซ้ำสิ่งที่เขาเคยประสบมาตั้งแต่เด็ก นั่นคือ ความห่างเหินทางอารมณ์ ความไม่ไว้วางใจ ความทุกข์ทรมานเงียบๆ แต่แล้ววันหนึ่ง เขาก็พูดว่า *"เรื่องนี้จบลงที่ตัวฉันเอง"*

เรื่องราวของเกรซ:

เกรซผลักไสความสัมพันธ์ที่ดีทุกอย่างออกไปเพราะความเจ็บปวดนั้นคุ้นเคยมากกว่าความรัก จนกระทั่งในที่สุดเธอก็พูดว่า *"พอแล้ว ฉันคู่ควรกับความรักที่แท้จริง"*

ข้อคิดเชิงศรัทธา:

การถูกปฏิเสธมักจะเกิดขึ้นซ้ำแล้วซ้ำเล่า เว้นแต่เราจะหยุดมัน พระเจ้าประทานพลังให้คุณ **ทำลายวัฏจักร** ได้ สิ่งที่ทำให้เจ็บปวดจะไม่มีวันตัดสินคุณได้

สิ่งที่ทำให้คุณได้รับความเสียหายจะไม่มีวันกำหนดตัวตนของคุณได้

คุณไม่ใช่ประวัติศาสตร์ของคุณ
คุณคือจุดเริ่มต้นใหม่ของพระเจ้า

คำถามสะท้อนความคิด:

1. รูปแบบใดในชีวิตของคุณที่มีรากฐานจากการปฏิเสธ?
2. คุณพร้อมที่จะเลือกการรักษาหรือยัง แม้ว่าจะรู้สึกไม่คุ้นเคยก็ตาม?

คำอธิษฐานภาวนา:

พระเจ้า
ข้าพระองค์ขอบพระคุณพระองค์ที่ข้าพระองค์ไม่ได้ถูกผูกมัดด้วยอดีต โปรดทำลายวัฏจักรแห่งการปฏิเสธ ความกลัว และความไม่ไว้วางใจในตัวข้าพระองค์ ข้าพระองค์ประกาศว่าเรื่องนี้จะจบลงที่ข้าพระองค์
และการรักษาจะเริ่มต้นขึ้นในวันนี้ อาเมน

คำเตือนในวารสาร:

อธิบายรูปแบบหรือพฤติกรรมส่วนบุคคลของแต่ละรุ่นที่คุณพร้อมจะเลิก คุณเชื่อว่าพระเจ้าต้องการเริ่มต้น “สิ่งใหม่” อะไร

หมายเหตุ:

วันที่ 10: พลังแห่งการให้อภัย

พระคัมภีร์ (NLT)

*"จงให้อภัยซึ่งกันและกัน และยกโทษให้ทุกคนที่ล่วงเกินท่าน
จงจำไว้ว่าพระเจ้าทรงยกโทษให้ท่านแล้ว
ท่านก็จงยกโทษให้ผู้อื่นด้วย"* – โคโลสี 3:13

เรื่องราวของไมเคิล:

ไมเคิลไม่ต้องการให้อภัยพ่อของเขา
แต่การโกรธแค้นกลับทำให้เขาถูกจองจำ
การให้อภัยไม่ใช่การลืม
แต่เป็นการปลดปล่อยตัวเองจากคุกแห่งความเจ็บปวด

เรื่องราวของเกรซ:

ในที่สุดเกรซก็ให้อภัยเพื่อนที่ทรยศต่อเธอ
ไม่ใช่เพราะเธอสมควรได้รับ
แต่เพราะเกรซต้องการความสงบสุข
การให้อภัยกลายมาเป็นเส้นทางสู่ความเป็นอิสระของเธอ

ข้อคิดเชิงศรัทธา:

การให้อภัยไม่ใช่ความรู้สึก แต่เป็น **ทางเลือก**
ไม่ใช่การปฏิเสธความเจ็บปวด

แต่เป็นการประกาศว่าความเจ็บปวดจะไม่ครอบงำชีวิตคุณอีกต่อไป

คุณไม่ได้แก้ตัวให้กับสิ่งที่เกิดขึ้น คุณกำลัง **ปล่อยตัว**เองให้ก้าวไปข้างหน้า

คำถามสะท้อนความคิด:

1. คุณต้องให้อภัยใครเพื่อที่คุณจะสามารถรักษาได้?
2. อะไรที่ทำให้คุณไม่อาจปล่อยวางได้อย่างสมบูรณ์?

คำอธิษฐานภาวนา:

ข้าแต่พระเจ้า ข้าพระองค์เลือกที่จะให้อภัย
ไม่ใช่เพราะพวกเขาสมควรได้รับ
แต่เพราะข้าพระองค์ปรารถนาการรักษา
โปรดปลดปล่อยข้าพระองค์จากความขมขื่น
และสอนให้ข้าพระองค์รักอีกครั้ง ในพระนามของพระเยซู
อาเมน

คำเตือนในวารสาร:

เขียนจดหมายขออภัย แสดงความจริงใจ
จากนั้นอธิษฐานและปล่อยบุคคลนั้นให้อยู่ในพระหัตถ์ของพระเจ้า

หมายเหตุ:

วันที่ 11: การเขียนเรื่องเล่าใหม่

พระคัมภีร์ (NLT)

"นั่นหมายความว่าทุกคนที่เป็นของพระคริสต์ก็กลายเป็นคนใหม่ ชีวิตเก่าก็หมดไป ชีวิตใหม่ก็เริ่มต้นขึ้นแล้ว!" – 2 โครินธ์ 5:17

เรื่องราวของไมเคิล:

ไมเคิลมักมองว่าตัวเองพัง มีข้อบกพร่อง และไม่คู่ควร
แต่เมื่อเขาศึกษาพระวจนะของพระเจ้า
เขาก็เริ่มเขียนเรื่องราวใหม่เกี่ยวกับตัวเอง
โดยอิงจากความจริง ไม่ใช่จากความเจ็บปวด

เรื่องราวของเกรซ:

เกรซเติบโตมาโดยถูกบอกว่าเธอ "อารมณ์อ่อนไหวเกินไป"
"มากเกินไป"
เป็นเวลาหลายปีที่เธอพยายามทำให้ตัวเองสงบลง
แต่พระเจ้ากระซิบว่า *"เจ้าอยู่ในสายตาของฉัน"*

ข้อคิดเชิงศรัทธา:

การถูกปฏิเสธทำให้เกิดคำกล่าวหาที่เป็นเท็จ เช่น *ไม่น่ารัก ไม่ดีพอ เสียหาย* แต่เมื่อคุณยอมรับพระคริสต์ คุณจะได้รับ

ตัวตนใหม่
พระวจนะของพระเจ้าจะกลายเป็นบทใหม่ของคุณ

คุณไม่ใช่สิ่งที่คนอื่นทำกับคุณ
คุณไม่ใช่สิ่งที่พวกเขาพูดถึงคุณ คุณคือ
ผลงานชิ้นเอกของพระเจ้าที่กำลังดำเนินอยู่

คำถามสะท้อนความคิด:

1. คุณเคยเชื่อชื่อหรือป้ายกำกับปลอมๆ เกี่ยวกับตัวเองอย่างไรบ้าง?
2. พระเจ้าบอกว่าคุณเป็นใครจริงๆ อย่างไร?

คำอธิษฐานภาวนา:

ข้าแต่พระเจ้า
ข้าพระองค์ยอมละทิ้งคำโกหกที่ข้าพระองค์เคยเผชิญมา
ข้าพระองค์ได้รับชื่อใหม่ ตัวตนใหม่ ชีวิตใหม่ในพระองค์
โปรดช่วยให้ข้าพระองค์ดำเนินชีวิตตามที่พระองค์ทรงสร้างข้าพระองค์ให้เป็น อาเมน

คำเตือนในวารสาร:

เขียนความเชื่อผิดๆ ที่คุณมีอยู่เกี่ยวกับตัวเอง 3 อย่าง จากนั้นเขียนข้อพระคัมภีร์หรือความจริงเพื่อโต้แย้งความเชื่อเหล่านั้น

หมายเหตุ:

วันที่ 12: คุณไม่ได้อยู่คนเดียว

พระคัมภีร์ (AMP):

“เพราะพระองค์ [พระเจ้า] เองได้ตรัสไว้ว่า
'เราจะไม่ละทิ้งท่านเลย
หรือทอดทิ้งท่านไว้โดยปราศจากความช่วยเหลือใดๆ...'” –
ฮีบรู 13:5ข

เรื่องราวของไมเคิล:

ไมเคิลคิดว่าเขาต้องต่อสู้ทุกการต่อสู้เพียงลำพัง แต่ช้าๆ เขาก็เริ่มสัมผัสได้ถึงการมีอยู่ของพระเจ้าในช่วงเวลาที่เงียบสงบ ไม่เคยจากไป ไม่เคยละทิ้ง

เรื่องราวของเกรซ:

เกรซเคยร้องไห้คนเดียวในความมืดโดยคิดว่าไม่มีใครเห็น คืนหนึ่งเธออ่านข้อพระคัมภีร์นี้และตระหนักว่า *“พระเจ้าอยู่ที่นั่นเสมอ เพียงแต่ฉันไม่เคยสังเกตเห็น”*

ข้อคิดเชิงศรัทธา:

ความเหงาเป็นคำโกหกที่ดังที่สุดอย่างหนึ่งของการถูกปฏิเสธ แต่ความจริงก็คือ **พระเจ้าอยู่กับคุณ** ไม่ว่าจะในความเงียบ ในความเจ็บปวด หรือในสิ่งที่ไม่รู้จัก

พระองค์ทรงเป็นอิมมานูเอล *พระเจ้าอยู่กับเรา*
ไม่ใช่เพียงในช่วงเวลาที่ดีเท่านั้น
แต่ในทุกสถานที่ที่พังทลาย

คำถามสะท้อนความคิด:

1. คุณเคยเชื่อไหมว่าคุณอยู่คนเดียวจริงๆ?
2. คุณสามารถตระหนักถึงการมีอยู่ของพระเจ้ากับคุณมากขึ้นได้อย่างไรบ้าง?

คำอธิษฐานภาวนา:

พระเจ้า ขอบพระคุณที่ไม่เคยทอดทิ้งฉัน
แม้ในตอนที่ฉันรู้สึกโดดเดี่ยว พระองค์ ก็อยู่ที่นั่น
โปรดเปิดตาฉันให้มองเห็นพระองค์ในทุกฤดูกาล อาเมน

คำเตือนในวารสาร:

นึกถึงช่วงเวลาที่คุณคิดว่าคุณอยู่คนเดียว
แต่เมื่อมองย้อนกลับไป
คุณกลับตระหนักว่าพระเจ้าทรงอยู่ที่นั่น
อธิบายความทรงจำนั้นและสิ่งที่พระองค์สอนคุณ

หมายเหตุ:

หมายเหตุ:

วันที่ 13: รักโดยไม่มีเงื่อนไข

พระคัมภีร์ (NLT)

*"แต่พระเจ้าทรงแสดงความรักอันยิ่งใหญ่ของพระองค์ต่อเราทั้งหลาย
โดยทรงส่งพระคริสต์มาตายแทนเราขณะที่เรายังเป็นคนบาปอยู่"* – โรม 5:8

เรื่องราวของไมเคิล:

ไมเคิลรู้สึกเสมอว่าเขาต้องได้รับความรัก—ผ่านการแสดงความสมบูรณ์แบบ และการแสร้งทำเป็น เมื่อเขาทำล้มเหลว เขาก็คาดว่าจะถูกปฏิเสธ
แต่ความรักของพระเจ้าไม่เคยหวั่นไหว

เรื่องราวของเกรซ:

เกรซพยายามแก้ไขตัวเองก่อนที่จะมาหาพระเจ้า
แล้ววันหนึ่งเธอก็ตระหนักว่า
"พระองค์ทรงรักฉันแล้ว...ก่อนที่ฉันจะเข้าใจพระองค์"

ข้อคิดเชิงศรัทธา:

ความรักของพระเจ้าไม่ได้ขึ้นอยู่กับความสมบูรณ์แบบของคุณ แต่ขึ้นอยู่กับ **พระคุณ ของพระองค์**

คุณจะเป็นที่รักในวันที่แย่ที่สุดของคุณเช่นเดียวกับในวันที่คุณดีที่สุด

ไม่มีสิ่งใดที่คุณทำได้เพื่อทำให้พระเจ้ารักคุณมากขึ้น—และไม่มีสิ่งใดที่คุณทำที่ทำให้พระองค์รักคุณน้อยลง

คำถามสะท้อนความคิด:

1. คุณเคยพยายาม "ได้รับ" ความรักจากผู้คนหรือจากพระเจ้าด้วยวิธีใดบ้าง?
2. คุณจะได้รับความรักได้ไหมแม้ว่าคุณจะรู้สึกว่าไม่มีค่า?

คำอธิษฐานภาวนา:

พระบิดา ขอบพระคุณที่ทรงรักฉันโดยไม่มีเงื่อนไข โปรดช่วยให้ฉันหยุดดิ้นรนและเริ่มพักผ่อนในความรักอันสมบูรณ์แบบของพระองค์ วันนี้ฉันรับความรักนั้นด้วยใจที่เปิดกว้าง อาเมน

คำเตือนในวารสาร:

เขียนจดหมายจากพระเจ้าถึงคุณโดยเริ่มด้วย
"ฉันรักคุณเพราะว่า..."
ปล่อยให้จดหมายไหลไปด้วยความซื่อสัตย์และสง่างาม

หมายเหตุ:

วันที่ 14: ยึดมั่น ไม่ใช่ปฏิเสธ

พระคัมภีร์ (NLT)

*"จงให้รากของคุณงอกขึ้นในพระองค์
และให้ชีวิตของคุณถูกสร้างขึ้นบนพระองค์"* – โคโลสี 2:7a

เรื่องราวของไมเคิล:

ไมเคิลมักสร้างตัวตนของเขาขึ้นจากความคิดเห็นของคนอื่น ไม่ว่าจะดีหรือร้ายก็ตาม แต่เมื่อเขาหยั่งรากลึกในพระคริสต์ เขาก็พบความมั่นคงที่เขาไม่เคยรู้ว่าต้องการ

เรื่องราวของเกรซ:

เกรซเคยเปลี่ยนแปลงตัวเองโดยขึ้นอยู่กับว่ามีใครอยู่ใกล้เธอบ้าง แต่เธอเริ่มเติบโตขึ้นเมื่อเธอถามตัวเองว่า
"ฉันเป็นใครเมื่อมีแค่ฉันกับพระเจ้าเท่านั้น"

ข้อคิดเชิงศรัทธา:

เมื่อตัวตนของคุณถูกฝังรากอยู่ในการถูกปฏิเสธ
ชีวิตจะรู้สึกไม่มั่นคง
แต่เมื่อคุณยึดมั่นในคุณค่าของคุณกับพระคริสต์
พายุจะเข้ามา แต่จะไม่ทำให้คุณหวั่นไหว

ปล่อยให้รากของคุณเติบโตลึกลงไปในความรักและความจริงของพระเจ้า นั่นคือที่ที่คุณจะพบกับ **ความมั่นคง** และ **ความเข้มแข็ง**

คำถามสะท้อนความคิด:

1. คุณได้ปลูกฝังอัตลักษณ์ของคุณไว้ที่ไหน—พระวจนะของพระเจ้าหรือการอนุมัติของผู้คน?
2. การปฏิบัติแบบใดที่สามารถช่วยให้คุณหยั่งรากในพระคริสต์ได้?

คำอธิษฐานภาวนา:

ข้าแต่พระเจ้า โปรดปลูกฝังฉันอย่างลึกซึ้งในพระองค์ ฉันปฏิเสธดินตื้น ๆ ของการเอาใจคนอื่นและการเปรียบเทียบ ขอให้รากของฉันเติบโตอย่างแข็งแกร่งในความจริงของพระองค์ อาเมน

คำเตือนในวารสาร:

สร้างรายการ “ความจริงพื้นฐาน” ซึ่งเป็นพระคัมภีร์หรือคำยืนยันพื้นฐานที่เตือนคุณว่าคุณเป็นใครในพระคริสต์

หมายเหตุ:

วันที่ 15: จากแผลเป็นสู่เรื่องราว

พระคัมภีร์ (NLT)

"เจ้าตั้งใจจะทำร้ายฉัน แต่พระเจ้ากลับตั้งใจให้มันดี พระองค์นำฉันมาสู่ตำแหน่งนี้เพื่อช่วยชีวิตคนจำนวนมาก" – ปฐมกาล 50:20

เรื่องราวของไมเคิล:

บาดแผลใหญ่ที่สุดของไมเคิลกลายเป็นข้อความสำคัญที่สุดของเขา ตอนนี้เขาช่วยให้ผู้อื่นรักษาบาดแผลจากพ่อ โดยเตือนพวกเขาว่า *"ถ้าพระเจ้ารักษาฉันได้ พระองค์ก็รักษาคุณได้"*

เรื่องราวของเกรซ:

เกรซเริ่มเขียนบล็อกเกี่ยวกับการเยียวยาตัวเองจากการถูกทรยศ สิ่งที่เคยทำให้เธอเงียบงันตอนนี้ทำให้เธอมีเสียง แผลเป็นของเธอได้กลายเป็นสัญลักษณ์แห่งความหวังของคนอื่น

ข้อคิดเชิงศรัทธา:

แผลเป็นของคุณไม่ใช่เรื่องน่าละอาย แต่เป็น

หลักฐานของการมีชีวิตรอด
พระเจ้าไม่ปล่อยให้ความเจ็บปวดสูญเปล่า
พระองค์เปลี่ยนแปลงมัน
การรักษาของคุณจะกลายเป็นประภาคารสำหรับผู้อื่น

คุณไม่เพียงแต่ได้รับการฟื้นฟูเพื่อตัวคุณเองเท่านั้น
แต่เรื่องราวของคุณจะส่งผลถึงทุกคนด้วย

คำถามสะท้อนความคิด:

1. พระเจ้าอาจทรงต้องการใช้ประสบการณ์เจ็บปวดใดบ้างเพื่อช่วยเหลือผู้อื่น?
2. คุณเต็มใจที่จะปล่อยให้พระองค์เปลี่ยนแผลเป็นของคุณให้กลายเป็นเรื่องราวแห่งการไถ่บาปหรือไม่?

คำอธิษฐานภาวนา:

พระเจ้า ขอบพระคุณที่ทรงใช้ความเจ็บปวดของข้าพเจ้า
ข้าพเจ้าขอถวายบาดแผลของข้าพเจ้าแด่พระองค์
โปรดไถ่ถอนบาดแผลของข้าพเจ้าเพื่อความรุ่งเรืองของพระองค์ โปรดให้การรักษาของข้าพเจ้าเป็นแสงสว่างสำหรับผู้อื่น
อาเมน

คำเตือนในวารสาร:

เขียนประจักษ์พยานของคุณในหนึ่งหน้า—

ชีวิตเป็นอย่างไรเมื่อก่อน เกิดอะไรขึ้น
และพระเจ้ากำลังรักษาคุณอย่างไรตอนนี้

หมายเหตุ:

วันที่ 16: การรักษาผ่านการให้อภัย

พระคัมภีร์ (AMP):

“จงมีน้ำใจกรุณาต่อกัน มีใจเมตตากรุณา เข้าใจกัน และให้อภัยกันอย่างเต็มใจ เหมือนอย่างที่พระเจ้าในพระคริสต์ทรงให้อภัยแก่พวกท่าน” – เอเฟซัส 4:32

เรื่องราวของไมเคิล:

ไมเคิลเก็บความโกรธแค้นแม่ของเขาไว้เป็นเวลาหลายปี แต่เขาตระหนักได้ว่าการไม่ให้อภัยกำลังทำลายอนาคตของเขา การปล่อยแม่ไปไม่ได้เปลี่ยนแปลงอดีต แต่กลับเยียวยาหัวใจของเขา

เรื่องราวของเกรซ:

เกรซให้อภัยคนที่ไม่เคยขอโทษ เธอได้เรียนรู้ว่าการให้อภัยไม่ใช่เพื่ออิสรภาพของพวกเขา แต่เป็นเพื่ออิสรภาพของเธอ

ข้อคิดเชิงศรัทธา:

การไม่ให้อภัยเป็นภาระที่คอยขัดขวางการถูกปฏิเสธ แต่เมื่อคุณให้อภัย คุณจะทำลายโซ่ตรวนที่ผูกมัดคุณไว้กับอดีต

การให้อภัยไม่ใช่การบอกว่า *“มันโอเค”* แต่เป็นการบอกว่า *“ฉันปล่อยคุณไปเพื่อที่ฉันจะเป็นอิสระได้”*

คำถามสะท้อนความคิด:

1. มีใครบ้างที่คุณพยายามจะให้อภัยอยู่? เพราะเหตุใด?
2. หัวใจคุณจะรู้สึกอย่างไรถ้าไม่มีภาระเหล่านั้น?

คำอธิษฐานภาวนา:

ข้าแต่พระเจ้า ข้าพระองค์เลือกที่จะให้อภัย
ข้าพระองค์ปล่อยวางความเจ็บปวด ความโกรธ
และความต้องการที่จะแก้แค้น
ข้าพระองค์วางใจในพระองค์ที่จะนำความยุติธรรมและการรักษามาให้ โปรดทรงปลดปล่อยข้าพระองค์
ในพระนามของพระเยซู อาเมน

คำเตือนในวารสาร:

เขียนจดหมายขอโทษ (ไม่จำเป็นต้องส่ง)
ระบายความรู้สึกออกมาและปล่อยวางสิ่งที่เคยผูกมัดคุณเอาไว้

หมายเหตุ:

วันที่ 17: โอบรับความรักของพระบิดา

พระคัมภีร์ (NLT)

“ดูเถิด พระบิดาของเราทรงรักเรามากเพียงไร เพราะพระองค์ทรงเรียกเราว่าเป็นลูกของพระองค์ และเราเป็นเช่นนี้เอง!” – 1 ยอห์น 3:1a

เรื่องราวของไมเคิล:

ไมเคิลมีพ่อที่ห่างไกลจากโลก ดังนั้นเขาจึงคิดว่าพระเจ้าก็เหมือนกัน แต่เมื่อเวลาผ่านไป เขาค้นพบพระบิดาบนสวรรค์ที่ทรงอยู่เคียงข้าง ทรงฟัง และทรงรัก

เรื่องราวของเกรซ:

เกรซไม่เคยรู้จักพ่อของเธอเลย
แต่เช้าวันหนึ่งระหว่างการนมัสการ
เธอรู้สึกว่ามีแขนโอบรอบตัวเธอ
แม้ว่าจะไม่มีใครอยู่ที่นั่นก็ตาม เธอรู้ว่า *“นั่นคือพ่ออับบา”*

ข้อคิดเชิงศรัทธา:

ความรักของพระบิดาทำให้การปฏิเสธมีความหมายใหม่
ถึงแม้ว่าคนอื่นจะเดินจากไป แต่พระเจ้ายังคงอยู่
ถึงแม้ว่าคนอื่นจะมองข้ามคุณ แต่พระเจ้าทรงเลือกคุณ

คุณไม่ใช่เด็กกำพร้า คุณได้ **รับการเลี้ยงดู ได้รับการยอมรับ และเป็นที่** เคารพ

คำถามสะท้อนความคิด:

1. คุณมีความคิดเห็นอย่างไรเกี่ยวกับพระบิดาผู้เป็นพระเจ้า?
   สะท้อนถึงความจริงหรือบาดแผลในอดีตหรือไม่?
2. ชีวิตคุณจะเปลี่ยนไปอย่างไร
   หากคุณใช้ชีวิตเหมือนลูกที่คุณรัก?

คำอธิษฐานภาวนา:

พระบิดาอับบา
โปรดช่วยให้ข้าพเจ้าได้รับความรักจากพระองค์
ไม่ใช่เป็นความคิด แต่เป็นความจริง
โปรดรักษาภาพลักษณ์ของข้าพเจ้าที่มีต่อพระองค์
โปรดให้ข้าพเจ้าได้พักผ่อนในอ้อมอกของพระองค์ อาเมน

คำเตือนในวารสาร:

เขียนบันทึกราวกับว่าพระเจ้าเป็นพระบิดาผู้สมบูรณ์แบบของคุณที่พูดคุยกับคุณโดยตรง

หมายเหตุ:

วันที่ 18: การฟื้นฟูคุณค่าในตัวเอง

พระคัมภีร์ (NLT)

“ขอบคุณที่ทรงทำให้ฉันซับซ้อนอย่างน่าอัศจรรย์! ฝีมือของพระองค์ช่างน่าอัศจรรย์—ฉันรู้ดีจริงๆ” – สดุดี 139:14

เรื่องราวของไมเคิล:

ไมเคิลไม่เคยรู้สึก “เพียงพอ”
แต่เมื่อเขาศึกษาว่าพระเจ้าทรงออกแบบเขามาอย่างตั้งใจอย่างไร
เขาก็หยุดพยายามที่จะเป็นคนอื่นและยอมรับในสิ่งที่เขาเป็น

เรื่องราวของเกรซ:

เกรซมองดูในกระจกแล้วพูดว่า *“ฉันไม่ได้ทำผิด”*
นั่นคือจุดเริ่มต้นของการเดินทางกลับไปสู่การเคารพตัวเองของเธอ

ข้อคิดเชิงศรัทธา:

การถูกปฏิเสธจะทำลายมุมมองที่คุณมีต่อตัวเอง
แต่ความจริงของพระเจ้าจะสร้างคุณค่าให้กับคุณขึ้นมาใหม่
คุณไม่ใช่สิ่งของที่ถูกทิ้ง คุณเป็น **คนที่ยอดเยี่ยม มีความตั้งใจ และมี** คุณค่า

คำถามสะท้อนความคิด:

1. คุณเชื่อเรื่องโกหกอะไรบ้างเกี่ยวกับคุณค่าของคุณ ?
2. สดุดี 139 เปิดเผยอะไรเกี่ยวกับสิ่งที่พระเจ้ามองคุณ?

คำอธิษฐานภาวนา:

พระเจ้า โปรดฟื้นฟูคุณค่าในตนเองของฉัน
โปรดสอนให้ฉันรักสิ่งที่พระองค์สร้างขึ้น นั่นคือตัวฉันเอง
โปรดหยุดเสียงแห่งความอับอาย
และให้ฉันได้ยินความปีติยินดีของพระองค์แทน อาเมน

คำเตือนในวารสาร:

ระบุ 5 สิ่งที่คุณรัก (หรือต้องการที่จะรัก) เกี่ยวกับตัวเอง—ร่างกาย จิตใจ จิตวิญญาณ หรือวิญญาณ

หมายเหตุ:

วันที่ 19:
สร้างขอบเขตที่เหมาะสมต่อสุขภาพ

พระคัมภีร์ (AMP):

*"จงระวังหัวใจของคุณเหนือสิ่งอื่นใด
เพราะทุกสิ่งที่คุณทำล้วนไหลออกมาจากหัวใจ"* – สุภาษิต 4:23

เรื่องราวของไมเคิล:

ไมเคิลมักจะพูดว่า "ใช่" เพื่อหลีกเลี่ยงการถูกปฏิเสธ
แต่สุดท้ายเขาก็รู้สึกหมดแรง ขมขื่น และอ่อนล้า
การเรียนรู้ที่จะพูดว่า "ไม่" เป็นสิ่งที่เขารักมากที่สุด

เรื่องราวของเกรซ:

เกรซปล่อยให้คนอื่นรังแกเธอ—
จนกระทั่งเธอตระหนักว่าความใจดีของเธอไม่ได้หมายถึงความอ่อนแอ แต่ต้องการการปกป้อง
เธอตั้งขอบเขตและพบกับความสงบสุข

ข้อคิดเชิงศรัทธา:

การรักษาหมายถึงการเรียนรู้ที่จะ **ปกป้องหัวใจของคุณ**
ขอบเขตไม่ใช่กำแพงที่กั้นผู้คนออกไป

แต่เป็นประตูที่ปกป้องความสงบสุขของคุณและให้เกียรติคุณค่าของคุณ

ขอบเขตบอกว่า: *"ฉันรักคุณและฉันก็รักตัวเองด้วย"*

คำถามสะท้อนความคิด:

1. ในชีวิตคุณคุณต้องการขอบเขตที่ดีขึ้นในเรื่องใด?
2. มีความสัมพันธ์ใดบ้างที่ความกลัวการถูกปฏิเสธทำให้คุณสูญเสียความสงบสุขไป?

คำอธิษฐานภาวนา:

พระเจ้า
โปรดช่วยให้ฉันให้เกียรติพระองค์ด้วยการให้เกียรติตัวเอง
โปรดสอนให้ฉันพูดคำว่า "ไม่" เมื่อจำเป็น และคำว่า "ใช่" เมื่อถึงเวลาที่เหมาะสม
โปรดประทานความเข้มแข็งให้ฉันตั้งขอบเขตด้วยความรัก
อาเมน

คำเตือนในวารสาร:

วาดแผนที่ขอบเขตส่วนตัว—อะไรโอเค อะไรไม่โอเค และอะไรที่คุณต้องการเพื่อให้รู้สึกปลอดภัยและสมบูรณ์

หมายเหตุ:

วันที่ 20: ยืนหยัดในตัวตนใหม่ของคุณ

พระคัมภีร์ (AMP):

“ดังนั้นถ้าใครอยู่ในพระคริสต์ [คือได้รับการต่อกิ่งเข้าไปร่วมกับพระองค์โดยศรัทธาในพระองค์ในฐานะพระผู้ช่วยให้รอด] เขาก็เป็นคนสร้างใหม่
[เกิดใหม่และสร้างขึ้นใหม่โดยพระ วิญญาณบริสุทธิ์]… ” – 2 โครินธ์ 5:17

เรื่องราวของไมเคิล:

ไมเคิลไม่แนะนำตัวเองว่าเป็น “ผู้ชายที่มีปัญหา” อีกต่อไป เขากล่าวว่า *“ผมได้รับการไถ่บาป ได้รับการฟื้นฟู และอยู่ในภารกิจ”*

เรื่องราวของเกรซ:

เกรซเลิกทำตัวเล็กน้อย เธอเดินเข้าไปในห้องต่างๆ โดยรู้ว่าเธอถูกเลือก ไม่ใช่เพราะว่าเธอเป็นใคร แต่เพราะว่าเธอเป็น *ใคร*

ข้อคิดเชิงศรัทธา:

การถูกปฏิเสธพยายามกำหนดตัวตนของคุณ แต่ **การไถ่บาปจะเขียนมันขึ้นมาใหม่** คุณไม่ได้พัง ถูกปฏิเสธ หรือถูกลืม

คุณเป็นลูกของพระเจ้าที่ได้รับการฟื้นฟู สร้างใหม่และเปล่งประกาย

คำถามสะท้อนความคิด:

1. ตอนนี้คุณจะอธิบายตัวตนของคุณว่าเป็นอย่างไร?
2. นิสัยประจำวันแบบใดที่ช่วยให้คุณยืนหยัดอย่างมั่นคงในตัวตนใหม่ของคุณได้?

คำอธิษฐานภาวนา:

พระเยซู
ข้าพระองค์ก้าวเข้าสู่ตัวตนที่พระองค์ประทานให้ข้าพระองค์อย่างเต็มที่
ข้าพระองค์ละทิ้งคำกล่าวหาเท็จทุกคำและเดินอย่างกล้าหาญในฐานะที่รักของพระองค์
ขอให้ชีวิตของข้าพระองค์สะท้อนถึงพระสิริของพระองค์
อาเมน

คำเตือนในวารสาร:

ประกาศอัตลักษณ์ของคุณในพระคริสต์ภายในหนึ่งย่อหน้า พูดอย่างกล้าหาญและเก็บไว้ในที่ที่คุณสามารถอ่านได้ทุกวัน

หมายเหตุ:

วันที่ 21: เรียกคืนเสียงของคุณ

พระคัมภีร์ (NLT)

“ลิ้นสามารถนำมาซึ่งความตายหรือชีวิตได้
ส่วนผู้ชอบพูดจะเก็บเกี่ยวผลที่ตามมา” – สุภาษิต 18:21

เรื่องราวของไมเคิล:

ไมเคิลพยายามปิดปากเงียบเพื่อรักษาความสงบ
แต่เขาตระหนักดีว่าเสียงของเขามีค่า เมื่อเขาเริ่มพูดออกมา
การเป็นพยานของเขาก็เริ่มปลดปล่อยคนอื่นๆ

เรื่องราวของเกรซ:

เกรซมักจะปล่อยให้คนอื่นพูดแทนเธอเสมอ
แต่ในวันที่เธอเล่าเรื่องราวของเธอต่อสาธารณะ
เธอกลับร้องไห้ ไม่ใช่เพราะความอับอาย แต่เพราะการรักษา

ข้อคิดเชิงศรัทธา:

การถูกปฏิเสธมักจะทำให้เราสูญเสียเสียงของเราไป
แต่การเยียวยาจะฟื้นฟูเสียงของเรากลับมา
เรื่องราวของคุณมีความสำคัญ
เสียงของคุณมีพลังและช่วยเยียวยาทั้งตัวคุณเองและคนอื่นๆ

คุณไม่ได้ไร้เสียงอีกต่อไป คุณคือ *ผู้ส่งสารแห่งความ* หวัง

คำถามสะท้อนความคิด:

1. คุณเคยเงียบเสียงของคุณเพราะความกลัวหรือการปฏิเสธในอดีตหรือไม่?
2. การเดินทางแห่งการรักษาของคุณได้เตรียมคุณให้พร้อมที่จะแบ่งปันข้อความอะไร?

คำอธิษฐานภาวนา:

พระบิดา โปรดช่วยให้ข้าพเจ้าพูดได้อย่างมีชีวิต
โปรดฟื้นเสียงของข้าพเจ้าและประทานความกล้าหาญแก่ข้าพเจ้าเพื่อแบ่งปันสิ่งที่พระองค์ทรงทำ
ขอให้เรื่องราวข้าพเจ้าเป็นแรงบันดาลใจแก่ผู้อื่น อาเมน

คำเตือนในวารสาร:

เขียนคำพยานสั้น ๆ ของคุณ ว่าคุณมาจากไหน
และพระเจ้าทรงนำคุณไปที่ใด

หมายเหตุ:

วันที่ 22:
การไถ่บาปจากความผิดพลาดในอดีต

พระคัมภีร์ (AMP):

“และเรารู้ [ด้วยความมั่นใจอย่างยิ่ง] ว่าพระเจ้า [ผู้ทรงห่วงใยเราอย่างลึกซึ้ง] ทรงทำให้ทุกสิ่งทำงานร่วมกัน [เป็นแผน] เพื่อความดี...” – โรม 8:28

เรื่องราวของไมเคิล:

ไมเคิลเชื่อว่าอดีตทำให้เขาหมดสิทธิ์
แต่พระเจ้าทรงใช้ความล้มเหลวของเขาเป็นรากฐานสำหรับการทรงเรียกของเขา

เรื่องราวของเกรซ:

เกรซคิดว่าความสัมพันธ์ในอดีตที่ล้มเหลวทำให้เธอไม่มีประโยชน์อีกต่อไป
แต่พระเจ้าทรงเปลี่ยนความเจ็บปวดของเธอให้กลายเป็นการรักษาผู้อื่น

ข้อคิดเชิงศรัทธา:

การถูกปฏิเสธมักทำให้เรารู้สึกเสียใจ

แต่พระเจ้าไม่ปล่อยให้สิ่งใดสูญเปล่า
แม้แต่ความล้มเหลวของเรา พระองค์ทรงไถ่บาป ฟื้นฟู
และเขียนเรื่องราวของเราใหม่

ไม่มีสิ่งใดเกินพระคุณของพระองค์

คำถามสะท้อนความคิด:

1. ความผิดพลาดในอดีตใดบ้างที่ยังคงทำให้คุณรู้สึกละอายใจ?
2. พระเจ้าอาจต้องการใช้ประสบการณ์เหล่านั้นเพื่อความรุ่งโรจน์ของพระองค์อย่างไร?

คำอธิษฐานภาวนา:

พระเจ้า
ขอบพระคุณที่ไม่มีสิ่งใดมาขัดขวางความรักของพระองค์
โปรดไถ่บาปในอดีตของฉัน
โปรดใช้เรื่องราวของฉันให้เกิดประโยชน์
และโปรดทำให้ความบอบช้ำของฉันกลายเป็นสิ่งสวยงาม
อาเมน

คำเตือนในวารสาร:

ทบทวนความเสียใจในอดีตของคุณ

ขอให้พระเจ้าทรงแสดงให้คุณเห็นว่าพระองค์ทรงไถ่บาปของคุณอย่างไร

หมายเหตุ:

วันที่ 23: การได้รับความสงบภายใน

พระคัมภีร์ (NLT)

"ข้าพเจ้ามอบของขวัญอันหนึ่งให้แก่ท่าน คือ สันติสุขในจิตใจและหัวใจ และสันติสุขที่ข้าพเจ้ามอบให้เป็นของขวัญที่โลกไม่สามารถให้ได้..." – ยอห์น 14:27

เรื่องราวของไมเคิล:

ไมเคิลต้องทนทุกข์กับความวิตกกังวลและการลังเล แต่เมื่ออยู่ในที่ประทับของพระเจ้า เขากลับพบความสงบที่คอยยึดเหนี่ยวจิตใจเขาเอาไว้

เรื่องราวของเกรซ:

เกรซเคยยุ่งอยู่ตลอดเวลาเพื่อหลีกเลี่ยงความเงียบ แต่เมื่อเธอเริ่มช้าลง ความสงบก็เข้ามาหาเธอ

ข้อคิดเชิงศรัทธา:

การถูกปฏิเสธก่อให้เกิดความวุ่นวายภายใน แต่พระเยซูทรงประทานความสงบภายใน

ความสงบไม่ได้หมายถึงการไม่มีความขัดแย้ง
แต่หมายถึงการมีอยู่ของพระคริสต์

คุณจะปลอดภัยในพระองค์

คำถามสะท้อนความคิด:

1. อะไรมักจะขโมยความสงบสุขของคุณไปบ่อยที่สุด?
2. คุณสามารถทำอะไรได้บ้างเพื่อสร้างพื้นที่เพื่อรับสันติสุขจากพระเจ้าในแต่ละวัน?

คำอธิษฐานภาวนา:

พระเยซู โปรดทรงเป็นสันติสุขแก่ข้าพเจ้า
โปรดทำให้พายุในตัวข้าพเจ้าสงบลงด้วยเถิด
ขอให้ความสงบสุขของพระองค์กลายเป็นบรรยากาศของข้าพเจ้า
ข้าพเจ้าได้รับสันติสุขที่พระองค์เท่านั้นที่สามารถประทานให้ได้ อาเมน

คำเตือนในวารสาร:

บรรยายถึงช่วงเวลาในสัปดาห์นี้ที่คุณรู้สึกสงบสุข
อะไรเป็นปัจจัยที่ทำให้ช่วงเวลานั้นเกิดขึ้น?

หมายเหตุ:

วันที่ 24:
การสร้างชุมชนที่ให้การสนับสนุน

พระคัมภีร์ (AMP):

"สองคนดีกว่าคนเดียว... เพราะถ้าคนใดคนหนึ่งล้มลง อีกคนจะได้พยุงเพื่อนของตนให้ลุกขึ้น" – ปัญญาจารย์ 4:9–10a

เรื่องราวของไมเคิล:

ไมเคิลพยายามรักษาตัวเองเพียงลำพังแต่ก็ไม่สามารถรักษาตัวเองได้ เมื่อเขาเข้าร่วมกลุ่มผู้ชาย เขาพบความเข้มแข็งในการต่อสู้ร่วมกัน

เรื่องราวของเกรซ:

เกรซมีปัญหาเรื่องความไว้วางใจ แต่เธอก็ค่อยๆ เปิดใจกับกลุ่มผู้หญิงที่กลายมาเป็นเส้นชีวิตของเธอ

ข้อคิดเชิงศรัทธา:

การถูกปฏิเสธทำให้แยกตัวออกไป
แต่การฟื้นฟูเกิดขึ้นในชุมชน
คุณไม่ได้ถูกสร้างมาเพื่อใช้ชีวิตเพียงลำพัง

ความสัมพันธ์ที่ปลอดภัยและให้การสนับสนุนเป็นส่วนหนึ่งของแผนการรักษาของพระเจ้าสำหรับคุณ

คำถามสะท้อนความคิด:

1. คุณมีคนที่คอยยกระดับคุณทั้งจิตวิญญาณและอารมณ์บ้างไหม?
2. คุณสามารถทำตามขั้นตอนใดเพื่อสร้างการเชื่อมต่อกับพระเจ้า?

คำอธิษฐานภาวนา:

พระเจ้า โปรดนำข้าพเจ้าไปสู่คนดีๆ
โปรดช่วยให้ข้าพเจ้าพบและดูแลชุมชนที่สะท้อนถึงพระทัยของพระองค์ โปรดรักษาความกลัวความใกล้ชิดของข้าพเจ้า
อาเมน

คำเตือนในวารสาร:

ระบุรายชื่อบุคคลที่สนับสนุนการเดินทางแห่งการรักษาของคุณ เขียนสิ่งที่คุณรู้สึกขอบคุณเกี่ยวกับพวกเขา
หรือเขียนคำอธิษฐานเพื่อการเชื่อมต่อในอนาคต

หมายเหตุ:

วันที่ 25:
ประกาศสงครามกับความอับอาย

พระคัมภีร์ (NLT)

"ดังนั้นบัดนี้การประณามจึงไม่มีแก่ผู้ที่อยู่ในพระคริสต์เยซูอีกต่อไป" – โรม 8:1

เรื่องราวของไมเคิล:

อดีตของไมเคิลยังคงหลอกหลอนเขา
จนกระทั่งวันหนึ่งเขาตะโกนออกมาว่า
"ฉันไม่ใช่คนเดิมอีกต่อไป
ฉันเป็นคนที่พระองค์ตรัสว่าฉันเป็น!"
ความอับอายได้ทำลายชีวิตของเขาไปในตอนนั้นเอง

เรื่องราวของเกรซ:

เกรซรู้สึกอับอายราวกับเป็นผิวหนังชั้นที่สอง
จนกระทั่งเธอยืนหน้ากระจกแล้วพูดว่า *"ฉันให้อภัยตัวเอง"*
เป็นครั้งแรกที่เธอรู้สึกเป็นอิสระ

ข้อคิดเชิงศรัทธา:

ความอับอายพูดว่า *“คุณไม่คู่ควร”* แต่พระเยซูกล่าวว่า
“คุณได้รับการอภัยแล้ว เป็นที่รัก และได้รับการสร้างขึ้นใหม่”

คุณไม่ต้องทนอยู่ในความอับอายอีกต่อไป
ไม้กางเขนคือคำตอบสุดท้าย

คำถามสะท้อนความคิด:

1. ส่วนใดในชีวิตของคุณที่ยังคงรู้สึกอับอายอยู่?
2. โรม 8:1 ประกาศความจริงอะไรเกี่ยวกับคุณ?

คำอธิษฐานภาวนา:

พระเยซูเจ้า ข้าพระองค์ปฏิเสธความอับอาย
ข้าพระองค์รับการอภัยโทษและพระคุณของพระองค์
ข้าพระองค์ไม่ถูกตัดสิน ข้าพระองค์สะอาดบริสุทธิ์
ได้รับเลือก และสมบูรณ์ในพระองค์ อาเมน

คำเตือนในวารสาร:

เขียนจดหมายถึงตัวเองในอดีตที่เต็มไปด้วยความรัก
ความสง่างาม และการยืนยัน

หมายเหตุ:

วันที่ 26:
การยอมรับตัวตนที่แท้จริงของคุณ

พระคัมภีร์ (AMP):

"แต่พวกท่านเป็นเผ่าพันธุ์ที่ทรงเลือก เป็นพวกปุโรหิตหลวง เป็นประชาชาติที่ได้รับการอุทิศถวาย เป็นชนชาติพิเศษที่เป็นสมบัติของพระเจ้า..." – 1 เปโตร 2:9

เรื่องราวของไมเคิล:

ไมเคิลถูกตราหน้าว่าล้มเหลว ผิดหวัง ผิดพลาด แต่ในพระคริสต์ เขาค้นพบว่าตนเองเป็นเพียงเชื้อพระวงศ์ ไม่ใช่เศษซาก

เรื่องราวของเกรซ:

เกรซใช้ชีวิตภายใต้คำจำกัดความที่คนอื่นกำหนดให้กับเธอ แต่เมื่อเธอยอมรับในตัวตนของเธอว่าเป็นลูกสาวของพระเจ้า ใบหน้าของเธอก็เปลี่ยนไป

ข้อคิดเชิงศรัทธา:

การถูกปฏิเสธพยายามเรียกชื่อเรา
แต่พระเจ้าก็ได้เรียกเราไปแล้ว พระองค์ทรงเรียกเราว่า

ผู้ถูกเลือก ผู้เป็นที่รัก ผู้สมบูรณ์ ผู้เป็นของพระองค์
คุณไม่ใช่คนในอดีตของคุณ คุณไม่ใช่สิ่งที่พวกเขาพูด

คุณเป็นผู้ซึ่ง *พระองค์* ตรัสว่าคุณเป็น

คำถามสะท้อนความคิด:

1. คุณยอมรับป้ายกำกับเชิงลบเกี่ยวกับตัวเองอย่างไรบ้าง?
2. พระเจ้าบอกอะไรเกี่ยวกับตัวตนของคุณ?

คำอธิษฐานภาวนา:

พระบิดา ข้าพเจ้าปฏิเสธทุกอัตลักษณ์ที่เป็นเท็จ
ข้าพเจ้ายอมรับในสิ่งที่พระองค์ตรัสว่าข้าพเจ้าเป็น คือ
เป็นที่รัก เป็นที่เลือกสรร และมีค่า
ขอให้อัตลักษณ์ของข้าพเจ้าหยั่งรากลึกในพระองค์ อาเมน

คำเตือนในวารสาร:

เขียนคำประกาศถึงตัวตนของคุณในพระคริสต์ พูดออกมาดัง ๆ ทุกเช้า

หมายเหตุ:

วันที่ 27: การเดินในความอภัย

พระคัมภีร์ (NLT)

*“จงให้อภัยต่อข้อบกพร่องของกันและกัน…
จงจำไว้ว่าพระเจ้าทรงยกโทษให้ท่านแล้ว
ท่านก็ควรยกโทษให้ผู้อื่นด้วย”* – โคโลสี 3:13

เรื่องราวของไมเคิล:

ไมเคิลรู้สึกขมขื่นต่อพ่อของเขา แต่เมื่อเขาให้อภัยพ่อ
ชีวิตของเขาเองก็ดีขึ้น

เรื่องราวของเกรซ:

เกรซเขียนจดหมายถึงแม่ของเธอ
แต่แม่ไม่เคยตอบรับเธอเลย
แม้ว่าเธอจะไม่เคยส่งจดหมายนั้น
แต่การให้อภัยก็หลั่งไหลเข้ามาในหัวใจของเธอ

ข้อคิดเชิงศรัทธา:

การให้อภัยไม่ใช่การยอมรับความเจ็บปวด
แต่เป็นการเลือกอิสรภาพมากกว่าการถูกจองจำ
คุณไม่สามารถเดินไปสู่การฟื้นฟูได้ในขณะที่ต้องแบกโซ่ตรว
นแห่งความขมขื่น

การให้อภัยนั้น เพื่อ *คุณ*

คำถามสะท้อนความคิด:

1. คุณยังจำเป็นต้องให้อภัยใครอีกไหม—อย่างจริงใจ?
2. อะไรที่ขัดขวางคุณจากการปล่อยมันไป?

คำอธิษฐานภาวนา:

ข้าแต่พระเจ้า ข้าพระองค์เลือกที่จะให้อภัย
ข้าพระองค์ปล่อยวางความเจ็บปวดและบุคคลนั้น
ข้าพระองค์รักษาบาดแผลของข้าพระองค์ขณะที่ข้าพระองค์เชื่อฟังพระองค์
โปรดประทานพระคุณแก่ข้าพระองค์เพื่อให้ข้าพระองค์ดำเนินไปอย่างอิสระ อาเมน

คำเตือนในวารสาร:

เขียนคำอธิษฐานขออภัยให้กับคนที่ทำให้คุณเจ็บปวดอย่างมาก

หมายเหตุ:

วันที่ 28:
มุ่งมั่นไปสู่จุดมุ่งหมายอย่างกล้าหาญ

พระคัมภีร์ (NLT)

"เพราะว่าเราเป็นผลงานชิ้นเอกของพระเจ้า
พระองค์ทรงสร้างเราขึ้นใหม่ในพระเยซูคริสต์
เพื่อเราจะได้ทำสิ่งดี ๆ ที่พระองค์ทรงวางแผนไว้สำหรับเรา"
– เอเฟซัส 2:10

เรื่องราวของไมเคิล:

ไมเคิลไม่เคยคิดว่าพระเจ้าจะทรงใช้เขาได้ แต่ตอนนี้ เขาทำหน้าที่เป็นที่ปรึกษาให้กับชายหนุ่มจากครอบครัวที่แตกแยก เหมือนอย่างที่เขาเคยเป็นเมื่อก่อน

เรื่องราวของเกรซ:

เกรซเปิดตัวกลุ่มสนับสนุนสำหรับผู้หญิงที่ต่อสู้กับความไม่มั่นคง ความเจ็บปวดของเธอกลายมาเป็นแนวทางของเธอ

ข้อคิดเชิงศรัทธา:

พระเจ้าไม่ได้รักษาเราเพียง *เพื่อเรา เท่านั้น*

พระองค์รักษาเราเพื่อให้เราสามารถช่วยรักษาผู้อื่นได้
การฟื้นฟูของคุณเชื่อมโยงกับการฟื้นฟูของคนอื่น

คุณได้ *รับการเจิมเพื่อให้เกิดผลกระทบ*

คำถามสะท้อนความคิด:

1. ความเจ็บปวดของคุณก่อให้เกิดความหลงใหลอะไร?
2. คุณจะเริ่มต้นให้บริการผู้อื่นด้วยเรื่องราวของคุณได้อย่างไร?

คำอธิษฐานภาวนา:

พระบิดา
โปรดทรงใช้การเดินทางของฉันเพื่อถวายเกียรติแด่พระองค์
โปรดแสดงให้ฉันเห็นว่าฉันควรรับใช้ใครและอย่างไร
ขอให้ชีวิตของฉันส่องประกายด้วยจุดมุ่งหมาย อาเมน

คำเตือนในวารสาร:

จงบอกสามวิธีที่อดีตของคุณสามารถช่วยเหลือผู้อื่นได้ในปัจจุบัน สัปดาห์นี้คุณจะทำอะไรเพื่อดำเนินการตามวิธีใดวิธีหนึ่ง

หมายเหตุ:

วันที่ 29:
การใช้ชีวิตอย่างมั่นคงและสมบูรณ์

พระคัมภีร์ (AMP):

*"พระองค์จะทรงพิทักษ์รักษาเขาไว้
และทรงรักษาเขาไว้ในสันติสุขที่สมบูรณ์และสม่ำเสมอ
ซึ่งจิตใจของเขาอยู่ที่พระองค์..."* – อิสยาห์ 26:3

เรื่องราวของไมเคิล:

ไมเคิลเคยวิตกกังวลเมื่อถูกปฏิเสธ
แต่ตอนนี้การถูกปฏิเสธกลับกลายเป็นเรื่องใหญ่ขึ้น
ตัวตนของเขาไม่มั่นคงพอที่จะเปลี่ยนแปลงได้

เรื่องราวของเกรซ:

ความสง่างามไม่ได้ถูกกระตุ้นด้วยการถูกละทิ้งอีกต่อไป
เธอรู้ว่าเธอปลอดภัยในพระเจ้า
และความสงบสุขไม่สามารถถูกขโมยไปได้

ข้อคิดเชิงศรัทธา:

ความสมบูรณ์ไม่ใช่ความสมบูรณ์แบบ
แต่คือความสงบสุขท่ามกลางพายุ

เมื่อคุณหยั่งรากในพระคริสต์ การปฏิเสธอาจเกิดขึ้นได้ แต่จะไม่ทำให้คุณถอนรากถอนโคน

คุณเป็นหนึ่งเดียว คุณไม่หวั่นไหว

คำถามสะท้อนความคิด:

1. มีสถานการณ์ใดบ้างที่เคยทำให้คุณหวั่นไหว แต่ตอนนี้ไม่เป็นอย่างนั้นอีกต่อไป?
2. เมื่อชีวิตไม่มั่นคง คุณจะยึดหลักอะไร?

คำอธิษฐานภาวนา:

ข้าแต่พระเจ้า ข้าพระองค์ได้รับความสมบูรณ์ของพระองค์ ขอให้สันติสุขของพระองค์ปกป้องหัวใจและจิตใจของข้าพระองค์ โปรดทำให้ข้าพระองค์มั่นคงในพระองค์ อาเมน

คำเตือนในวารสาร:

เขียนเกี่ยวกับการเปลี่ยนแปลงของคุณตั้งแต่วันแรกของการเดินทางครั้งนี้

หมายเหตุ:

วันที่ 30: ได้รับมอบหมายให้รักษาผู้อื่น

พระคัมภีร์ (NLT)

"พระองค์ทรงปลอบโยนเราในความทุกข์ยากทั้งสิ้นของเรา เพื่อเราจะสามารถปลอบโยนผู้อื่นได้..." – 2 โครินธ์ 1:4

เรื่องราวของไมเคิล:

ไมเคิลไม่เคยคิดว่าตัวเองจะเป็นผู้นำ
แต่ตอนนี้เขาออกเดินทางเพื่อแบ่งปันเรื่องราวที่พระเจ้าทรงรักษาจิตใจของเขา

เรื่องราวของเกรซ:

เกรซเป็นผู้นำการบำบัดฟื้นฟูสำหรับผู้หญิงที่ประสบเหตุร้ายแรง แผลเป็นกลายมาเป็นแรงผลักดันอันศักดิ์สิทธิ์ของเธอ

ข้อคิดเชิงศรัทธา:

นี่ไม่ใช่จุดสิ้นสุด แต่เป็นจุดเริ่มต้น
การเดินทางเพื่อการฟื้นฟูของคุณคือ *พันธกิจ ของคุณแล้ว*
คุณได้ *รับการเรียก ได้*รับ *การเตรียมพร้อม* และ *ส่ง* ไป

คุณเป็นภาชนะแห่งการรักษา

คำถามสะท้อนความคิด:

1. ใครบ้างที่จำเป็นต้องได้ยินเรื่องราวของคุณตอนนี้?
2. คุณจะทำอย่างไรกับการรักษาที่คุณได้รับ?

คำอธิษฐานภาวนา:

พระบิดา ขอบพระคุณที่ทรงฟื้นฟูข้าพเจ้า
ข้าพเจ้าได้รับการทรงเรียกจากพระองค์
โปรดทรงทำให้ข้าพเจ้าเป็นแสงสว่างและเป็นภาชนะแห่งควา
มหวังแก่ผู้อื่นที่ยังอยู่ในความมืดมิด อาเมน

คำเตือนในวารสาร:

จงเขียน “จดหมายมอบหมาย” จากพระเจ้า
พระองค์กำลังเรียกคุณให้ทำอะไรต่อไปจากนี้?

หมายเหตุ:

บทสรุป: จากการฟื้นฟูสู่จุดมุ่งหมาย

คุณก้าวมาไกลมากแล้ว เมื่อ 30 วันก่อน
คุณเริ่มต้นการเดินทางครั้งนี้โดยแบกรับภาระของการถูกปฏิเสธ—บางบาดแผลยังสดอยู่
บางบาดแผลฝังลึกอยู่ใต้ความเงียบมาหลายปี
แต่แล้ววันแล้ววันเล่า ความจริงแล้วความจริง
คุณได้เผชิญกับความเจ็บปวด เปิดใจ
และเชื้อเชิญพระเจ้าให้รักษาสิ่งที่แตกสลาย

ตอนนี้ บางอย่างได้เปลี่ยนไปแล้ว
คุณไม่ได้ถูกจำกัดโดยการปฏิเสธอีกต่อไป
แต่ถูกทำเครื่องหมายด้วย การ **ไถ่บาป**

คุณเป็น **ที่รัก** ไม่ใช่เพราะสิ่งที่คุณทำ
แต่เพราะว่าคุณเป็นใครในพระคริสต์
คุณได้ **รับเลือก** พระเจ้าทรงเลือกคุณมาเพื่อเวลาเช่นนี้
คุณเป็น **หนึ่งเดียว** ฟื้นคืนจากภายใน
ไม่ใช่นักโทษของอดีตอีกต่อไป

แต่นี่ไม่ใช่จุดสิ้นสุด **นี่คือจุดเริ่มต้นใหม่ของคุณ**

ขณะที่คุณก้าวเข้าสู่ฤดูกาลต่อไปของชีวิต
ขอให้คุณเดินด้วยความมั่นใจใหม่
ความแจ่มชัดทางจิตวิญญาณ
และความสงบสุขที่ไม่สั่นคลอน
ปล่อยให้แผลเป็นของคุณเป็นพยานหลักฐานของคุณ
ปล่อยให้ความเจ็บปวดของคุณเป็นเชื้อเพลิงให้กับจุดมุ่งหมายของคุณ
ปล่อยให้พระเจ้าองค์เดียวกันที่รักษาคุณในตอนนี้ใช้คุณเป็นเครื่องมือในการรักษาผู้อื่น

คุณได้รับการรักษาจนกลายเป็นผู้รักษาแล้ว

จงดำเนินชีวิตต่อไปในพระคำ อยู่ในชุมชน
พึ่งพาการทรงเรียกของคุณ ยังมีชีวิตที่รออยู่ข้างหลัง
การเชื่อฟังของคุณ คุณได้ลิ้มรสการฟื้นฟูแล้ว
ตอนนี้จงดำเนินชีวิตในการฟื้นฟู เติบโตในการฟื้นฟู
และแบ่งปันกับโลก

จากการปฏิเสธสู่การฟื้นฟู
จากสิ่งที่พังทลายสู่ความสมบูรณ์
จากการอยู่รอดสู่ความเจริญรุ่งเรือง
นี่คือเรื่องราวของคุณตอนนี้

ด้วยใจจริง
ซา คาเรียส ก็อดซีเกิล ทูต มันเดย์ โอ. โอกเบ และ
คอมฟอร์ท ลาดิ องค์กร Ogbe
God's Eagle Ministries – GEMs
www.otakada.org

เป็นที่รัก ถูกเลือก และสมบูรณ์: การเดินทาง 30
วันจากการถูกปฏิเสธสู่การฟื้นฟู

วิธีเกิดใหม่อีกครั้ง โดย บิลลี่ เกรแฮม

วิธีการเกิดใหม่อีกครั้ง

โดยบิลลี่เกรแฮม

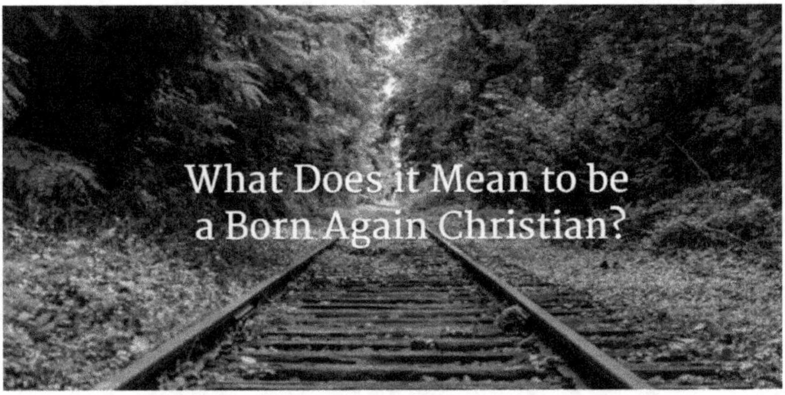

ชายคนหนึ่งชื่อนิโคเดมัสมาหาพระเยซูในเวลากลางคืน บางทีเขาอาจกลัวคำวิพากษ์วิจารณ์ หรือเขาต้องการคุยเป็นการส่วนตัว หรือบางทีเขาอาจต้องการทราบข้อมูลเพิ่มเติมก่อนที่จะอุทิศตนให้กับพระเยซูคริสต์ อย่างไรก็ตาม เขาก็ได้เข้ามาและถามคำถามบางอย่างกับพระเยซู

พระเยซูทอดพระเนตรดูเขาแล้วตรัสว่า "นิโคเดมัส เจ้าต้องเกิดใหม่" (เทียบ ยอห์น 3:5) แท้จริงแล้ว พระองค์ตรัสว่า "จริงแท้แน่นอน" และทุกครั้งที่พระเยซูทรงใช้ถ้อยคำนั้น พระองค์หมายความว่าสิ่งที่จะตามมานั้น สำคัญมาก

พระองค์ตรัสว่า “จริงแท้แน่นอน เราบอกเจ้าว่า …
เจ้าต้องเกิดใหม่” (ยอห์น 3:5,7)

คุณเคยเกิดใหม่หรือไม่? **เรียกว่าการกลับใจใหม่ เรียกว่าการอุทิศตน เรียกว่าการกลับใจใหม่** เรียกว่าการได้รับความรอด แต่สิ่งนี้เกิดขึ้นกับคุณหรือไม่? พระคริสต์สถิตอยู่ในใจของคุณหรือไม่? คุณรู้หรือไม่? หลายคนคิดเรื่องศาสนาและคริสต์ศาสนามาเป็นเวลานานแต่ก็ไม่เคยให้คำมั่นสัญญา
คุณอุทิศตนต่อพระเยซูคริสต์หรือไม่?

นิโคเดมัสคงตกตะลึงเมื่อพระเยซูตรัสว่า “ท่านต้องเกิดใหม่” คงไม่ดูน่าตกใจหากพระเยซูตรัสเช่นนั้นกับซาเคียสคนเก็บภาษี หรือกับโจรบนไม้กางเขน
หรือกับผู้หญิงที่ถูกจับได้ว่าล่วงประเวณี
แต่นิโคเดมัสเป็นผู้นำทางศาสนาคนสำคัญคนหนึ่งในสมัยของเขา ถึงกระนั้น เขาก็ยังคงแสวงหาความจริง

คุณอาจไปโบสถ์ แต่บางทีคุณอาจยังคงค้นหา
มีช่องว่างในหัวใจของคุณ
และบางสิ่งบางอย่างภายในบอกคุณว่าคุณไม่ได้ถูกต้องกับพระเจ้าจริงๆ นิโคเดมัสอดอาหารสัปดาห์ละสองวัน
เขาใช้เวลาสองชั่วโมงทุกวันในการสวดอ้อนวอน
เขาถวายสิบส่วน
ทำไมพระเยซูจึงตรัสว่านิโคเดมัสต้องเกิดใหม่
เพราะพระองค์ทรงอ่านใจของนิโคเดมัสได้
พระเยซูทรงเห็นว่านิโคเดมัสปกปิดตัวเองด้วยศาสนาแต่ยังไม่พบความเป็นเพื่อนกับพระเจ้า

ต้นตอของปัญหาของเรา

อะไรเป็นสาเหตุของปัญหาทั้งหมดในโลกนี้ – การโกหก การโกง ความเกลียดชัง อคติ
ความไม่เท่าเทียมกันทางสังคม และสงคราม?

พระเยซูตรัสว่า “แต่สิ่งที่ออกจากปากนั้นมาจากใจ
และทำให้มนุษย์เป็นมลทิน” (มัทธิว 15:18)
พระองค์ตรัสว่าปัญหาอยู่ที่ใจของเรา
ใจของเราจำเป็นต้องได้รับการเปลี่ยนแปลง

นักจิตวิทยา นักสังคมวิทยา และจิตแพทย์
ต่างตระหนักดีว่ามนุษย์มีบางอย่างผิดปกติ
พระคัมภีร์ได้อธิบายถึงเรื่องนี้ไว้หลายคำ หนึ่งในนั้นคือคำ ว่า
“ **บาป** ” “บาปคือการฝ่าฝืนธรรมบัญญัติ” (1 ยอห์น 3:4)
ธรรมบัญญัติอะไร? ธรรมบัญญัติของโมเสส
พระบัญญัติสิบประการ
คุณเคยละเมิดพระบัญญัติข้อใดข้อหนึ่งหรือไม่?
ถ้าเป็นเช่นนั้น คุณก็มีความผิดฐานละเมิดพระบัญญัติทุกข้อ
(ยากอบ 2:10)

คำว่าบาปมีความหมายว่าทำพลาด ไม่ทำหน้าที่
ไม่ทำสิ่งที่ควรทำ พระคัมภีร์กล่าวว่า
“ความอธรรมทั้งหมดเป็นบาป” (1 ยอห์น 5:17)
แต่ก่อนที่เราจะขึ้นสวรรค์ได้ เราต้องมีความชอบธรรม
พระเจ้าตรัสว่า “จงเป็นผู้สมบูรณ์เหมือนอย่างที่เราสมบูรณ์
และจงเป็นผู้บริสุทธิ์เหมือนอย่างที่เราบริสุทธิ์” (มัทธิว 5:48,
1 เปโตร 1:16)

เราจะได้ความสมบูรณ์แบบนั้นมาจากไหน
เราไม่มีมันในตอนนี้ และถ้าไม่มีมันก็ไปสวรรค์ไม่ได้
นั่นคือเหตุผลที่พระคริสต์สิ้นพระชนม์บนไม้กางเขน
พระองค์ทรงหลั่งพระโลหิตและทรงฟื้นคืนพระชนม์เพื่อประท
านความชอบธรรมแก่เรา

อีกคำหนึ่งคือ **ความชั่วร้าย**
ซึ่งหมายถึงการละทิ้งเส้นทางที่ถูกต้อง อิสยาห์กล่าวว่า
“เราทุกคนหลงผิดเหมือนแกะ
เราทุกคนต่างหันกลับไปตามทางของตนเอง

และพระเจ้าทรงวางความชั่วร้ายของพวกเราทุกคนไว้บนตัวเขา" (อิสยาห์ 53:6)

พระคัมภีร์กล่าวว่า "ดังนั้น บาปจึง เข้ามาในโลก โดยคนคนเดียว และความตายก็เข้ามาโดยบาปนั้น … ความตายจึงแผ่ไปถึงมนุษย์ทุกคน เพราะทุกคนทำบาป" (โรม 5:12) ทุกคนต้องการการเปลี่ยนแปลงครั้งใหญ่
เราต้องได้รับการอภัยบาป
เราต้องสวมเสื้อผ้าแห่งความชอบธรรมของพระเจ้า
เพื่อจะพบกับความสมบูรณ์ในชีวิตนี้
เราต้องค้นหาสิ่งที่จะอุทิศตัวให้กับตัวเอง
คุณเป็นคนที่มุ่งมั่นหรือไม่ คุณมุ่งมั่นกับอะไร
ทำไมคุณไม่ทำให้พระคริสต์เป็นเป้าหมายของคุณและติดตามพระองค์ พระองค์จะไม่ทำให้คุณผิดหวัง

การเกิดใหม่

บางคนตั้งคำถามว่า การเกิดใหม่คืออะไร
นิโคเดมัสก็ถามคำถามนี้เช่นกันว่า
"คนเราจะเกิดใหม่ได้อย่างไรเมื่อเขาแก่แล้ว?"
เขาต้องการเข้าใจเรื่องนี้

ฉันเกิดและเติบโตในฟาร์มโคนม
วัวดำกินหญ้าเขียวแล้วผลิตน้ำนมสีขาวและเนยสีเหลืองได้อย่างไร ฉันไม่เข้าใจเรื่องนี้ ฉันอาจพูดว่า
"เพราะฉันไม่เข้าใจเรื่องนี้ ฉันจึงไม่มีวันดื่มนมอีก"
และคุณก็จะพูดว่า "คุณบ้าไปแล้ว"

ฉันไม่เข้าใจเรื่องนี้ แต่ฉันยอมรับมันด้วยศรัทธา
นิโคเดมัสมองเห็นแต่สิ่งที่เป็นรูปธรรมและสิ่งที่เป็นวัตถุ
แต่พระเยซูกำลังพูดถึงสิ่งที่เป็นจิตวิญญาณ

การเกิดใหม่เกิดขึ้นได้อย่างไร?
เราไม่สามารถรับการเกิดใหม่ได้

พระคัมภีร์กล่าวว่าผู้ที่เกิดใหม่นั้น “ไม่ได้เกิดจากโลหิต หรือจากความประสงค์ของเนื้อหนัง หรือจากความประสงค์ของมนุษย์ แต่เกิดจากพระเจ้า” (ยอห์น 1:13) พ่อแม่ของเราอาจเป็นคริสเตียนที่เกิดใหม่ที่ยิ่งใหญ่ที่สุดในโลก แต่ไม่ได้หมายความว่าเราเป็นคริสเตียนที่เกิดใหม่ด้วย หลายคนมีความคิดว่าเพราะพวกเขาเกิดในครอบครัวคริสเตียน พวกเขาจึงเป็นคริสเตียนโดยอัตโนมัติ ซึ่งไม่เป็นความจริง

เราไม่สามารถทำงานเพื่อพระเจ้าได้เช่นกัน พระคัมภีร์กล่าวว่าความ รอดมาได้ “ไม่ใช่เพราะการกระทำที่ชอบธรรมที่เราได้ทำ แต่เพราะพระเมตตาของพระองค์ พระองค์จึงทรงช่วยเราให้รอดได้โดยการชำระให้บังเกิดใหม่ และฟื้นฟูขึ้นใหม่โดยพระวิญญาณบริสุทธิ์” (ทิตัส 3:5)

การปฏิรูปยังไม่เพียงพอ เราสามารถพูดได้ว่า “ฉันจะเริ่มต้นใหม่” หรือ “ฉันจะตั้งปณิธานปีใหม่” แต่อิสยาห์กล่าวว่าในสายพระเนตรของพระเจ้า “ ความชอบธรรม ของเราทั้งหมด ก็เหมือนผ้าขี้ริ้ว” (อิสยาห์ 64:6)

พวกเราบางคนเปลี่ยนแปลงภายนอกเพื่อให้สอดคล้องกับมาตรฐานทางสังคมหรือพฤติกรรมบางอย่างที่คาดหวังจากเราในคริสตจักร แต่ภายในใจเราไม่เคยเปลี่ยนแปลงเลย นั่นคือสิ่งที่พระเยซูกำลังพูดกับนิโคเดมัส พระองค์ตรัสว่า “นิโคเดมัส เจ้าต้องเปลี่ยนแปลงภายใน” และมีเพียงพระวิญญาณบริสุทธิ์เท่านั้นที่ทำได้ การบังเกิดใหม่จากเบื้องบนเป็นการกระทำเหนือธรรมชาติของพระเจ้า พระวิญญาณบริสุทธิ์ทรงตักเตือนเราถึงบาปของเรา พระองค์ทรงรบกวนเราเพราะเราได้ทำบาปต่อพระเจ้า จากนั้นพระวิญญาณบริสุทธิ์ทรงสร้างเราใหม่ นั่นคือเวลาที่เราเกิดใหม่ พระวิญญาณบริสุทธิ์เสด็จมาอยู่ในใจของเราเพื่อช่วยเราในชี

วิตประจำวัน
พระวิญญาณของพระเจ้าทรงให้ความมั่นใจแก่เรา
ให้ความยินดีแก่เรา ก่อให้เกิดผลในชีวิตของเรา
และสอนพระคัมภีร์แก่เรา

บางคนพยายามเลียนแบบพระคริสต์
พวกเขาคิดว่าสิ่งที่เราต้องทำคือพยายามติดตามพระเยซูและ
พยายามทำสิ่งที่พระองค์ทำ แล้วเราจะได้ขึ้นสวรรค์
แต่เราทำไม่ได้ เราอาจรู้จักเพลงทางศาสนา
เราอาจสวดภาวนาด้วยซ้ำ แต่ถ้าเราไม่ได้ไปที่เชิงไม้กางเขน
เราก็ไม่ได้เกิดใหม่
นั่นคือข้อความที่พระเยซูกำลังพยายามสอนเรา

การเกิดใหม่หมายความว่า "[พระเจ้า]
จะประทานใจใหม่แก่ท่าน
และจะทรงใส่จิตวิญญาณใหม่ไว้ในท่าน" (เอเสเคียล 36:26)
"สิ่งเก่าๆ ล่วงไป ดูเถิด ทุกสิ่งกลายเป็นสิ่งใหม่" (2 โครินธ์
5:17) เราเป็น "ผู้มีส่วนในธรรมชาติของพระเจ้า" (2 เปโตร
1:4) เรา "ผ่านจากความตายเข้าสู่ชีวิต" (ยอห์น 5:24)
การเกิดใหม่ทำให้ปรัชญาและวิธีดำเนินชีวิตของเราเปลี่ยนไป

ความลึกลับ

การเกิดใหม่มีปริศนาอยู่ พระเยซูตรัสว่า
"ลมพัดไปในที่ที่มันต้องการ และท่านได้ยินเสียงลมนั้น
แต่ไม่สามารถบอกได้ว่าลมมาจากไหนและพัดไปที่ไหน"
(ยอห์น 3:8) แต่ท่านสามารถเห็นผลลัพธ์ได้
พระเยซูไม่ได้พยายามอธิบายเรื่องการเกิดใหม่แก่ท่านนิโคเด
มัส
จิตใจอันจำกัดของเราไม่สามารถเข้าใจสิ่งที่ไม่มีขอบเขตได้
เราเกิดมาโดยศรัทธาแบบเด็กๆ
และเราฝากศรัทธาไว้กับพระเยซูคริสต์ เมื่อเราทำเช่นนั้น
เราก็เกิดใหม่อีกครั้ง

คุณแน่ใจในความรอดของคุณไหม?

มันเกิดขึ้นในลักษณะนี้ ก่อนอื่น
เราต้องได้ยินพระวจนะของพระเจ้า
“ความเชื่อเกิดขึ้นได้จากการได้ยิน
และการได้ยินเกิดขึ้นได้จากพระวจนะของพระเจ้า” (โรม
10:17) นั่นคือขั้นตอนแรก “ พระเจ้า ทรง
พอพระทัยที่จะช่วยผู้ที่เชื่อให้รอดโดยการประกาศข่าวอันโง่เ
ขลา” (1 โครินธ์ 1:21)
ดูเหมือนเป็นเรื่องโง่เขลาที่คำพูดจากพระคัมภีร์มีพลังที่จะแท
รกซึมเข้าไปในใจเราและเปลี่ยนแปลงชีวิตของเรา
แต่เป็นเช่นนั้นจริงๆ เพราะเป็นพระวจนะศักดิ์สิทธิ์ของพระเจ้า

จากนั้นก็มีงานของพระวิญญาณบริสุทธิ์
พระองค์ทรงกล่าวโทษว่า “เมื่อพระองค์เสด็จมาแล้ว
พระองค์จะทรงกล่าวโทษโลกในเรื่องบาป ความชอบธรรม
และการพิพากษา” (ยอห์น 16:8)
พระองค์ทรงเปลี่ยนแปลงเรา พระองค์ทรงเปลี่ยนเจตนารมณ์
ความรัก จุดมุ่งหมายในการดำเนินชีวิต นิสัยของเรา
พระองค์ทรงมอบจุดมุ่งหมายและเป้าหมายใหม่แก่เรา
“สิ่งเก่าๆ ล่วงไป และทุกสิ่งก็กลายเป็นสิ่งใหม่” (เทียบ 2
โครินธ์ 5:17) จากนั้นพระองค์ทรงสถิตอยู่ในเรา
“ท่านทั้งหลายไม่รู้หรือว่าท่านเป็นวิหารของพระเจ้า
และพระวิญญาณของพระเจ้าสถิตอยู่ในท่าน”
พระเจ้าพระวิญญาณบริสุทธิ์สถิตอยู่ในท่านหรือไม่

พระเยซูคริสต์ตรัสว่าเราต้องเกิดใหม่
เราจะเกิดใหม่ได้อย่างไร? โดยการกลับใจจากบาป
นั่นหมายความว่าเราเต็มใจที่จะเปลี่ยนแปลงวิถีการดำเนินชีวิ
ตของเรา เรากล่าวกับพระเจ้าว่า “ฉันเป็นคนบาป
และฉันเสียใจ” เป็นเรื่องง่ายๆ และเหมือนกับเด็กๆ
จากนั้นด้วยศรัทธา เราจึงได้รับพระเยซูคริสต์เป็นพระเจ้า
พระอาจารย์ และพระผู้ช่วยให้รอดของเรา
เราเต็มใจที่จะติดตามพระองค์ในชีวิตใหม่แห่งการเชื่อฟัง

ซึ่งพระวิญญาณบริสุทธิ์จะทรงช่วยเราเมื่อเราอ่านพระคัมภีร์ อธิษฐาน และเป็นพยาน

หากคุณยังมีข้อสงสัยว่าคุณได้เกิดใหม่แล้วหรือไม่ ฉันหวังว่าคุณจะไขข้อสงสัยนั้นได้ตอนนี้ เพราะพระคัมภีร์กล่าวไว้ใน 2 โครินธ์ 6:2 ว่า “บัดนี้เป็นเวลาอันชอบ … [วันนี้] คือวันแห่งความรอด”

ฉันเป็นคนบาปและฉันขอโทษ

คุณกังวลเกี่ยวกับอนาคตหรือไม่? กำลังดิ้นรนกับปัญหาส่วนตัวหรือจิตวิญญาณที่ทำให้เกิดความวิตกกังวล ความไม่แน่นอน หรือความกลัวเกี่ยวกับวันพรุ่งนี้หรือไม่? ลองอ่านหัวข้อและคำถามมากมายและเริ่มต้นการเดินทางสู่ชีวิตที่สงบสุขมากขึ้นตั้งแต่ตอนนี้

กำลังมองหาคำตอบใช่ไหม?

พระเจ้าทรงดึงดูดใจคุณอยู่หรือไม่? คุณพร้อมหรือยังสำหรับความสงบสุขที่แท้จริงและยั่งยืนซึ่งเกิดขึ้นได้จาก ความสัมพันธ์กับพระเจ้าองค์เดียวเท่านั้น? ก้าวเดินเข้าหาพระองค์ตั้งแต่วันนี้

คุณสามารถมีสันติสุข กับ พระเจ้า ได้

สันติภาพคืออะไร?

ผู้คนจำนวนมากพยายามแสวงหาสิ่งหนึ่งมากกว่าสิ่งอื่นใด นั่นก็คือสันติภาพ เหตุผลที่พวกเขาแสวงหาสันติภาพก็เพราะว่าไม่มีความสะดวกสบายหรืออิสรภาพที่ยั่งยืนในชีวิตของพวกเขา ดูเหมือนว่าพวกเขาจะรู้สึกไม่มั่นคงอยู่เสมอ

พระคัมภีร์ให้คำจำกัดความของสันติภาพไว้สามประการเป็นห
ลัก

ความสงบทางจิตใจ ความสบายใจภายใน
ความสงบในความสัมพันธ์
ความสามัคคีในหมู่มวลมนุษย์
ความสงบทางจิตวิญญาณซึ่งอยู่ระหว่างพระเจ้ากับมนุษย์

พระคัมภีร์ได้อธิบายให้เห็นว่าบาปทำลายหรือทำลายความสงบสุขทั้งสามประเภทอย่างไร เมื่อพระเจ้าทรงสร้างมนุษย์ มนุษย์ก็มีความสงบสุขกับพระเจ้า พระองค์เอง และกับทุกคน อย่างไรก็ตาม
ความสงบสุขนั้นได้สูญหายไปเมื่อเขาหันหลังให้กับพระเจ้า ความสงบสุขสามารถฟื้นคืนได้ แต่เราทำไม่ได้เพียงลำพัง พระเจ้าทรงจัดเตรียมหนทางไว้

พระเยซูคริสต์ พระบุตรองค์เดียวของพระเจ้า
ถูกส่งมายังโลกนี้เพื่อลบล้างบาปของเรา
พระองค์ทรงยอมให้พระองค์เองถูกตรึงกางเขน
และการเสียสละครั้งนั้นเองที่ทำให้เรามีสันติสุขได้อีกครั้ง
สันติสุขภายในตัวเรา สันติสุขระหว่างกัน
และสันติสุขกับพระเจ้า

หลังจากพระเยซูสิ้นพระชนม์บนไม้กางเขน
พระองค์ก็กลับคืนชีพอีกครั้ง
แสดงให้เห็นว่าพระเยซูคือพระเจ้า
แต่ยังแสดงให้เห็นชัดเจนว่าพระองค์ทรงปรารถนาให้ทุกคนมีสันติสุขอย่างสมบูรณ์
“เพราะพระองค์เองทรงเป็นสันติสุขของเรา …
และพระองค์เสด็จมา
ประกาศสันติสุขแก่ท่านทั้งหลายที่อยู่ไกล
และสันติสุขแก่ผู้ที่อยู่ใกล้” (เอเฟซัส 2:14-17)

พระเยซูทรงประทานพลังแก่เราแต่ละคนเพื่อเอาชนะบาปทุกประเภท ไม่ว่าสถานการณ์ของคุณจะยากลำบากเพียงใด พระคริสต์สามารถฝ่าฟันมันไปได้ แต่คุณต้องยอมรับบาปของคุณก่อนและมอบตัวกับพระเยซู จากนั้นคุณจึงจะมีสันติสุขที่สมบูรณ์และรู้ความหมายของมัน

พระเยซูตรัสว่า “เราบอกเรื่องทั้งหมดนี้แก่ท่านเพื่อท่านจะมีสันติในตัวเรา” (ยอห์น 16:33) หากต้องการมีสันติสุข คุณต้องรู้จักผู้ที่สามารถประทานสันติสุขให้ได้

คุณพร้อม สำหรับ สันติสุขที่พระเยซูมอบให้แล้วหรือยัง?

ร่วมแสดงความคิดเห็นเพื่อความชัดเจนยิ่งขึ้นและการเริ่มต้นชีวิตใหม่ในพระเยซูคริสต์ด้านล่างนี้:

เริ่มต้นชีวิตใหม่ของคุณกับพระคริสต์

คุณสามารถมีสันติสุขที่แท้จริงและยั่งยืนได้ในวันนี้ผ่านทางความสัมพันธ์กับพระเยซูคริสต์ เริ่มต้นการเดินทางสี่ขั้นตอนของคุณตอนนี้!

ขั้นตอนที่ 1 – จุดมุ่งหมายของพระเจ้า: สันติสุขและชีวิต

พระเจ้าทรงรักคุณและทรงต้องการให้คุณสัมผัสกับความสงบสุขและชีวิตนิรันดร์—อุดมสมบูรณ์และนิรันดร์ พระคัมภีร์กล่าวว่า:

“เรามีสันติภาพกับพระเจ้าโดยทางพระเยซูคริสต์องค์พระผู้เป็นเจ้าของเรา”
โรม 5:1

***"เพราะว่าพระเจ้าทรงรักโลก
จนได้ประทานพระบุตรองค์เดียวของพระองค์
เพื่อทุกคนที่วางใจในพระองค์จะไม่พินาศ
แต่มีชีวิตนิรันดร์"
ยอห์น 3:16***

***"เรา [พระเยซู]
มาเพื่อพวกเขาจะมีชีวิตและมีอย่างบริบูรณ์"
ยอห์น 10:10***

เหตุใดคนส่วนใหญ่จึงไม่มีสันติสุขและชีวิตที่อุดมสมบูรณ์ตามที่พระเจ้าทรงวางแผนให้เรามี?

ขั้นตอนที่ 2 – ปัญหา:
บาปทำให้เราแยกจากกัน

พระเจ้าทรงสร้างเราตามรูปลักษณ์ของพระองค์เพื่อให้มีชีวิตที่อุดมสมบูรณ์
พระองค์ไม่ได้ทรงสร้างเราให้เป็นหุ่นยนต์เพื่อรักและเชื่อฟังพระองค์โดยอัตโนมัติ
พระเจ้าประทานเจตจำนงและอิสระในการเลือกแก่เรา
เราเลือกที่จะไม่เชื่อฟังพระเจ้าและดำเนินตามทางที่ตั้งใจของเราเอง เรายังคงเลือกทางนี้อยู่จนถึงทุกวันนี้
ซึ่งส่งผลให้เราแยกจากพระเจ้า
พระคัมภีร์กล่าวว่า:

***"เพราะว่าทุกคนทำบาปและขาดความรุ่งโรจน์ของพระเจ้า"
โรม 3:23***

***"เพราะค่าจ้างของบาปคือความตาย
แต่ของประทานของพระเจ้าคือชีวิตนิรันดร์ในพระเยซูคริสต์องค์พระผู้เป็นเจ้าของเรา"
โรม 6:23***

การเลือกของเราส่งผลให้เราแยกตัวจากพระเจ้า
ผู้คนพยายามหลายวิธีที่จะเชื่อมช่องว่างระหว่างตนเองกับพระเจ้า...
พระคัมภีร์กล่าวว่า:

“มีทางหนึ่งซึ่งมนุษย์คิดว่าถูกต้อง
แต่จุดจบกลับเป็นทางไปสู่ความตาย”
สุภาษิต 14:12

“แต่ความชั่วช้าของพวกเจ้าได้ทำให้เกิดการแบ่งแยกระหว่างพวกเจ้ากับพระเจ้า
และบาปของพวกเจ้าได้ทำให้พระพักตร์ของพระองค์ซ่อนจากพวกเจ้า ดังนั้นพระองค์จึงมิได้ทรงฟัง”
อิสยาห์ 59:2

ไม่มีสะพานใดที่จะไปถึงพระเจ้าได้... ยกเว้นสะพานเดียว

ขั้นตอนที่ 3 – แนวทางแก้ไขของพระเจ้า: ไม้กางเขน

พระเยซูคริสต์สิ้นพระชนม์บนไม้กางเขนและฟื้นคืนพระชนม์จากหลุมศพ
พระองค์ทรงชดใช้โทษบาปของเราและทรงสร้างสะพานเชื่อมระหว่างพระเจ้ากับมนุษย์
พระคัมภีร์กล่าวว่า:

“เพราะว่าพระเจ้ามีองค์เดียว
และมีผู้กลางระหว่างพระเจ้ากับมนุษย์แต่ผู้เดียว คือ พระเยซูคริสต์ผู้ทรงเป็นมนุษย์”
1 ทิโมธี 2:5

“เพราะพระคริสต์ก็ได้ทรงทนทุกข์ครั้งเดียวเพื่อบาปของพระองค์
พระองค์ผู้ชอบธรรมทรงทนทุกข์เพื่อคนอธรรม

เพื่อจะได้นำเราไปถึงพระเจ้า”
1 เปโตร 3:18

“แต่พระเจ้าทรงแสดงความรักของพระองค์ต่อเราทั้งหลาย โดยว่าเมื่อเรายังเป็นคนบาปอยู่
พระคริสต์ก็ทรงสิ้นพระชนม์เพื่อเรา”
โรม 5:8

พระเจ้าได้จัดเตรียมหนทางเดียวไว้ให้แล้ว...
ทุกคนจะต้องเลือก...

ขั้นตอนที่ 4 – การตอบสนองของเรา: รับพระคริสต์

เราต้องวางใจพระเยซูคริสต์เป็นพระเจ้าและพระผู้ช่วยให้รอด
และรับคำเชิญจากพระองค์เป็นการส่วนตัว
พระคัมภีร์กล่าวว่า:

“ดูเถิด เรายืนอยู่ที่ประตูและเคาะ
ถ้าใครได้ยินเสียงของเราและเปิดประตู
เราจะเข้าไปหาเขาและรับประทานอาหารกับเขา
และเขาจะรับประทานอาหารกับเรา”
วิวรณ์ 3:20

“แต่ทุกคนที่รับพระองค์
คือผู้ที่เชื่อในพระนามของพระองค์
พระองค์ก็ทรงประทานสิทธิให้เป็นบุตรของพระเจ้า”
ยอห์น 1:12

“ถ้าท่านสารภาพด้วยปากของท่านว่าพระเยซูทรงเป็นพระเจ้า
และเชื่อในใจของท่านว่าพระเจ้าทรงชุบพระองค์ให้เป็นขึ้นจากความตาย ท่านก็จะรอด”
โรม 10:9

คุณจะรับพระเยซูคริสต์ทันทีไหม?

นี่คือวิธีที่คุณสามารถรับพระคริสต์ได้:

ยอมรับความต้องการของคุณ (ฉันเป็นคนบาป)

จงเต็มใจที่จะละทิ้งบาปของคุณ (กลับใจ)
และขอการอภัยจากพระเจ้า
เชื่อว่าพระเยซูคริสต์สิ้นพระชนม์บนไม้กางเขนเพื่อคุณและทรงฟื้นคืนพระชนม์จากหลุมศพ ผ่านการอธิษฐาน
เชิญพระเยซูคริสต์เข้ามาและควบคุมชีวิตของคุณผ่านทางพระวิญญาณบริสุทธิ์
(รับพระเยซูเป็นพระเจ้าและพระผู้ช่วยให้รอด)
เราขอแนะนำให้อธิษฐานแบบนี้:

"พระเจ้าที่รัก ฉันรู้ว่าฉันเป็นคนบาป
ฉันต้องการหันหลังให้กับบาปของฉัน
และฉันขอการอภัยจากพระองค์
ฉันเชื่อว่าพระเยซูคริสต์คือพระบุตรของพระองค์
ฉันเชื่อว่าพระองค์สิ้นพระชนม์เพื่อบาปของฉัน
และพระองค์ทรงทำให้พระองค์ฟื้นคืนพระชนม์
ฉันต้องการให้พระองค์เข้ามาในใจของฉันและควบคุมชีวิตของฉัน ฉันอยากวางใจในพระเยซูเป็นพระผู้ช่วยให้รอดของฉัน
และติดตามพระองค์ในฐานะพระเจ้าของฉันตั้งแต่วันนี้เป็นต้นไป ในพระนามของพระเยซู อาเมน"

คุณได้อธิษฐานเพื่อรับพระเยซูคริสต์และเริ่มต้นความสัมพันธ์กับพระองค์หรือไม่?

ใช่ค่ะ ฉันได้อธิษฐาน

ไม่ แต่ฉันมีคำถาม

ย้ายไปถัดไปเพื่อความชัดเจนยิ่งขึ้น

เรื่องราวแห่งความรอด – คำอธิษฐานแห่งความรอด – คำอธิษฐานแห่งความรอด – การสนทนาจริงครั้งแรกของเรากับพระเจ้า

“การอธิษฐานเพื่อความรอด” เป็นคำอธิษฐานที่สำคัญที่สุดที่เราจะอธิษฐานเสมอ เมื่อเราพร้อมที่จะเป็นคริสเตียน เราก็พร้อมที่จะสนทนากับพระเจ้าเป็นครั้งแรก และนี่คือส่วนประกอบของการสนทนาดังกล่าว:

- เราตระหนักว่าพระเยซูคริสต์ทรงเป็นพระเจ้า พระองค์เสด็จมาเกิดเป็นมนุษย์ในโลกเพื่อดำเนินชีวิตที่ปราศจากบาปซึ่งเราไม่สามารถดำเนินได้ พระองค์สิ้นพระชนม์แทนเรา เพื่อที่เราจะไม่ต้องเสียโทษทัณฑ์ที่เราสมควรได้รับ
- เราสารภาพถึงบาปในชีวิตที่ผ่านมาของเรา — การดำเนินชีวิตเพื่อตนเองและไม่เชื่อฟังพระเจ้า
- เรายอมรับว่าเราพร้อมที่จะไว้วางใจพระเยซูคริสต์เป็นพระผู้ช่วยให้รอดและพระเจ้าของเรา
- เราขอให้พระเยซูเสด็จเข้ามาในใจของเรา ประทับอยู่ที่นั่น และเริ่มดำเนินชีวิตผ่านเรา

คำอธิษฐานเพื่อความรอด – เริ่มต้นด้วยศรัทธาในพระเจ้า

เมื่อเราสวดภาวนาขอความรอด
เรากำลังบอกให้พระเจ้าทราบว่าเราเชื่อว่าพระวจนะของพระองค์เป็นความจริง โดยความเชื่อที่พระองค์ประทานให้แก่เรา
เราจึงเลือกที่จะเชื่อในพระองค์ พระคัมภีร์บอกเราว่า “ *ถ้าไม่มีความเชื่อแล้ว ก็ไม่สามารถที่จะเป็นที่พอพระทัยของพระองค์ได้ เพราะว่าผู้ที่เข้ามาหาพระเจ้าต้องเชื่อว่าพระองค์ทรงดำรงอยู่ และพระองค์ทรงเป็นผู้ประทานบำเหน็จให้แก่ผู้ที่แสวงหาพระองค์*” (ฮีบรู 11:6)

ดังนั้น เมื่อเราอธิษฐานขอของขวัญแห่งความรอดจากพระเจ้า เรากำลังใช้เจตจำนงเสรีของเราในการยอมรับว่าเราเชื่อในพระองค์ การแสดงศรัทธาดังกล่าวทำให้พระเจ้าพอพระทัย เพราะเราได้เลือกที่จะรู้จักพระองค์อย่างเสรี

คำอธิษฐานเพื่อความรอด – การสารภาพบาปของเรา

เมื่อเราสวดภาวนาขอความรอด เราก็ยอมรับว่าเราทำบาป
ดังที่พระคัมภีร์กล่าวไว้เกี่ยวกับทุกคน
ยกเว้นพระคริสต์เท่านั้น “ *เพราะว่าทุกคนทำบาปและล้วนขาดความรุ่งโรจน์ของพระเจ้า* ” (โรม 3:23)

การทำบาปนั้นก็เหมือนกับการพลาดเป้าไปอย่างง่ายดาย
เปรียบเสมือนลูกศรที่ยิงไม่โดนเป้าพอดี
ความรุ่งโรจน์ของพระเจ้าที่เราพลาดไปนั้นพบได้ในพระเยซูคริสต์เท่านั้น “

เพราะพระเจ้าผู้ได้ทรงบัญชาให้ความสว่างส่องออกมาจากควา มมืด
พระองค์ได้ทรงส่องสว่างในใจของเราเพื่อให้เรารู้จักความสว่างแห่งพระสิริของพระเจ้าในพระพักตร์ของพระเยซูคริสต์" (2 โครินธ์ 4:6)

คำอธิษฐานเพื่อความรอดนั้นตระหนักดีว่าพระเยซูคริสต์เป็นมนุษย์เพียงผู้เดียวที่ดำรงชีวิตโดยปราศจากบาป "
เพราะว่าพระเจ้าทรงทำให้พระองค์ผู้ไม่มีบาปกลายเป็นบาปแทนเรา
เพื่อเราจะได้กลายเป็นผู้ชอบธรรมของพระเจ้าโดยพระองค์" (2 โครินธ์ 5:21)

คำอธิษฐานเพื่อความรอด – ประกาศศรัทธาในพระคริสต์ในฐานะพระผู้ช่วยให้รอดและพระเจ้า

ด้วยพระคริสต์เป็นมาตรฐานความสมบูรณ์แบบของเรา ตอนนี้เรากำลังยอมรับศรัทธาในพระองค์ในฐานะพระเจ้า โดยเห็นด้วยกับอัครสาวกยอห์นที่ว่า: " *ในปฐมกาลพระวาจา (พระคริสต์) ดำรงอยู่ และพระวาจานั้นอยู่กับพระเจ้า และพระวาจานั้นเป็นพระเจ้า*
ในปฐมกาลพระองค์อยู่กับพระเจ้า
สรรพสิ่งถูกสร้างขึ้นโดยพระองค์
และไม่มีสิ่งใดที่สร้างขึ้นได้โดยไม่มีพระองค์" (ยอห์น 1:1-3)

เพราะพระเจ้าทรงยอมรับการเสียสละที่สมบูรณ์แบบและปราศจากบาปเท่านั้น
และเพราะพระองค์ทรงทราบว่าเราไม่สามารถบรรลุสิ่งนั้นได้ พระองค์จึงทรงส่งพระบุตรของพระองค์มาตายแทนเราและจ่า

ยราคาชั่วนิรันดร์ “ *เพราะว่าพระเจ้าทรงรักโลก*
จนได้ประทานพระบุตรองค์เดียวของพระองค์
เพื่อทุกคนที่วางใจในพระองค์จะไม่พินาศ แต่มีชีวิตนิรันดร์”
(ยอห์น 3:16)

คำอธิษฐานเพื่อความรอด –
พูดออกมาและตั้งใจจริงตอนนี้!

คุณเห็นด้วยกับทุกสิ่งที่อ่านมาจนถึงตอนนี้หรือไม่?
หากคุณเห็นด้วย
อย่ารอช้าที่จะเริ่มต้นชีวิตใหม่ในพระเยซูคริสต์
จำไว้ว่าคำอธิษฐานนี้ไม่ใช่สูตรวิเศษ
คุณเพียงแสดงความรู้สึกของคุณต่อพระเจ้าเท่านั้น
โปรดอธิษฐานกับเราดังนี้:

“พระบิดา
ข้าพเจ้าทราบว่าข้าพเจ้าได้ละเมิดกฎของพระองค์
และบาปของข้าพเจ้าได้แยกข้าพเจ้าจากพระองค์
ข้าพเจ้าเสียใจอย่างสุดซึ้ง
และตอนนี้ข้าพเจ้าต้องการหันหลังให้กับชีวิตบาปในอดีตของข้าพเจ้าและมาหาพระองค์
โปรดยกโทษให้ข้าพเจ้า
และช่วยให้ข้าพเจ้าไม่ทำบาปอีก
ข้าพเจ้าเชื่อว่าพระเยซูคริสต์
พระบุตรของพระองค์สิ้นพระชนม์เพื่อบาปของข้าพเจ้า
ฟื้นคืนพระชนม์ จากความตาย ยังมีชีวิตอยู่
และทรงได้ยินคำอธิษฐานของข้าพเจ้า
ข้าพเจ้าขอเชิญพระเยซูมาเป็นพระเจ้าในชีวิตของข้าพเจ้า
เพื่อปกครองและครองราชย์ในใจของข้าพเจ้าตั้งแต่วันนี้เป็นต้นไป
โปรดส่งพระวิญญาณบริสุทธิ์มาช่วยให้ข้าพเจ้าเชื่อฟังพระองค์
และทำตามพระประสงค์ของพระองค์ตลอดชีวิตที่เหลือ

ของข้าพเจ้า ข้าพเจ้าอธิษฐานในพระนามของพระเยซู อาเมน”

คำอธิษฐานเพื่อความรอด – ฉันได้อธิษฐานแล้ว ต่อไปจะเป็นอย่างไร?

หากคุณได้สวดภาวนาขอความรอดนี้ด้วยความเชื่อมั่นและจริงใจ ตอนนี้คุณก็เป็นผู้ติดตามพระเยซูแล้ว นี่คือข้อเท็จจริง ไม่ว่าคุณจะรู้สึกแตกต่างหรือไม่ก็ตาม ระบบศาสนาอาจทำให้คุณเชื่อว่าคุณควรจะรู้สึกบางอย่าง เช่น อบอุ่น เสียวซ่าน หรือประสบการณ์ลึกลับอื่นๆ ความจริงก็คือ คุณอาจจะรู้สึกเช่นนั้นหรือไม่ก็ได้ หากคุณได้สวดภาวนาขอความรอดและตั้งใจจริง ตอนนี้คุณก็เป็นผู้ติดตามพระเยซูแล้ว พระคัมภีร์บอกเราว่าความรอดชั่วนิรันดร์ของคุณนั้นมั่นคง! “*คือว่าถ้าคุณสารภาพด้วยปากของคุณว่าพระเยซูเป็นพระเจ้า และเชื่อในใจของคุณว่าพระเจ้าทรงชุบพระองค์ให้เป็นขึ้นจากความตาย คุณก็จะได้รับความรอด* ” (โรม 10:9)

ยินดีต้อนรับสู่ครอบครัวของพระเจ้า เราขอเชิญชวนคุณให้ค้นหาคริสตจักรในท้องถิ่นที่คุณสามารถรับบัพติศมาและเติบโตในความรู้ของพระเจ้าผ่านพระวจนะของพระองค์ คือ พระคัมภีร์

คุณสามารถเยี่ยมชมเว็บไซต์ของเราได้ที่
www.otakada.org
ซึ่งจะช่วยให้คุณพัฒนาและเติบโตในพระคริสต์

ใช้ลิงก์นี้ในการศึกษาพระคัมภีร์เพื่อค้นพบพระเยซูด้วยตัวคุณเอง https://www.otakada.org/dbs-dmm/

การเดินทางแห่งการเป็นสาวก 40 วัน

หรือคุณสามารถเริ่มการเดินทาง 40 วันตามจังหวะของคุณทางออนไลน์ผ่านลิงก์นี้ https://www.otakada.org/get-free-40-days-online-discipleship-course-in-a-journey-with-jesus/

หากคุณต้องการคำแนะนำ โปรดส่งอีเมลมาที่ info@otakada.org

ขอพระเจ้าทรงขยายชีวิตของคุณและเติมเต็มคุณด้วยความสุข ความสงบ ความรัก และความสามัคคี ซึ่งพระองค์เท่านั้นที่สามารถมอบให้ได้ อาเมน

คำถามสำหรับคุณ!

ข้อมูลที่แบ่งปันในวันนี้ มีประโยชน์กับคุณหรือไม่ หากมีประโยชน์ โปรดให้ข้อมูลเชิงลึกเพิ่มเติม ในอนาคต คุณจะทำอะไรที่แตกต่างออกไป มุ่งมั่นที่จะเริ่มดำเนินการทันที!

หากคุณมีคำถามเพิ่มเติม โปรดเขียนกลับมา โทร หรือแชทหาเรา เพราะเราเชื่อว่าพระวิญญาณของพระเจ้าจะทรงให้คำตอบที่เหนือจินตนาการของคุณ เราอยู่ที่นี่เพื่อเตรียมคุณให้พร้อมเพื่อเป็นทุกสิ่งที่พระเจ้าทรงเรียกให้คุณเป็นและทำในพระนามของพระเยซู

ชาลอม!

ซาคาเรีย ส ก็อดซีเกิล ; เอกอัครราชทูต มันเดย์ โอ. โอกเบ
และ คอมฟอร์ต ลาดิ โอกเบะ
กระทรวงอินทรีของพระเจ้า GEM
https://www.otakada.org

เอกอัครราชทูต@otakada.org

หนังสืออื่นๆที่ผู้เขียนตีพิมพ์

ซาคารี อัส ก็อดซีเกิล

Prayer: The Mightiest Force in World : Mobilizing 10 million Intercessors for the NATIONS Kindle Edition

by Frank C. Laubach (Author), Zacharias Godseagle (Author) Format: Kindle Edition

4.7 ★★★★☆ 5 ratings See all formats and editions

About the book - Prayer: The Mightiest Force in World - Mobilizing 10 million Intercessors for the NATIONS

Discover the transformative power of prayer in —***"Prayer: The Mightiest Force in the World - Mobilizing 10 million Intercessors for the NATIONS,"*** a compelling Christian nonfiction work urging readers to mobilize a movement of 10 million intercessors. This book, authored by **Frank C. Laubach and Zacharias Godseagle** emphasizes that prayer is a mighty force capable of changing lives, nations, and the world at large.

It challenges individuals to pray boldly and consistently for leaders, communities, and personal breakthrough, highlighting historical examples and testimonials of prayer's impact. With action plans, reflection questions, and journaling sections for individuals

https://www.amazon.com/หนังสืออีบุ๊กการอธิษฐานที่ยิ่งใหญ่ที่สุดสำหรับผู้เคลื่อนไหวนับล้านคน/dp/B0DYJYVKHT

เอกอัครราชทูต Monday O. Ogbe

Read sample

True Story of Thirty (30) Years SPIRITUAL TRAVEL Diary into the Spirit World: Perfect WORDS, Perfect WORKS, and Perfect WONDERS

Kindle Edition

by O Ogbe, Ambassador Monday (Author), Peter Tan (Author) Format: Kindle Edition

See all formats and editions

Hello Friends, God is constantly calling His children to the place of perfection. In the garden of Eden, He told our first parent to eat everything except one of the trees. They broke the perfection clause and were driven out of the garden. He told Noah to prepare the ark according to specification and fill it up according to instruction. He told Abraham to walk before Him and be perfect. He told Moses to build the ark of the covenant according to as shown him on the mountain. The perfection clause continued till Jesus time where Jesus said, "I do nothing except what I see my Father doing and He is still calling us today to the place of perfection.

https://www.amazon.com/หนังสืออีบุ๊คเรื่องสามสิบวิญญาณเดินทาง/dp/B0C7YRVSWG

รายการทั้งหมด

https://www.amazon.com/s?k=Ambassador+Monday+O.+Ogbe&ref=nb_sb_noss

หน้าผู้แต่ง -
https://www.amazon.com/stores/Ambassador-Monday-O.-Ogbe/author/B07MSBPFNX

คอมฟอร์ท ลาดี โอกเบ รับบท เป็น อแมนดา แดเนียล

Safeguarding Innocence: A Guide to Protecting Children from Predators Kindle Edition

by Amanda Daniel (Author) Format: Kindle Edition

5.0 ★★★★★ 5 ratings See all formats and editions

In a world where children's safety is a growing concern, Safeguarding Innocence serves as a crucial resource for parents and guardians. This comprehensive guide highlights the importance of awareness and proactive measures to protect children from various threats. It emphasizes open communication, education on safe boundaries, and online safety to equip kids with the tools they need to navigate potential dangers. The book also explores how to respond effectively to suspicious behaviors, the role of legislation, and the significance of community engagement. With sections dedicated to personal stories of resilience and strategies for fostering healthy relationships, this guide empowers caregivers to cultivate a safer environment. Combining practical advice with inspiring narratives, Safeguarding Innocence aims to create a united front against child predation, ensuring that both parents and children can thrive in a secure world.

https://www.amazon.com/Safeguarding-Innocence-Protecting-Children-Predators-อีบุ๊ก/dp/B0DJ5J31CW

ภาษาไทย:
https://www.amazon.com/s?k=Amanda+Daniel&crid=2ZF6MSTQ7W4Q0

www.ingramcontent.com/pod-product-compliance
Lightning Source LLC
LaVergne TN
LVHW010943051026
849532LV00003B/1111